സയൻസ് പാർലമെന്റ്

science parliament
balasahithyam

•

prof. s sivadas

•

first edition
may 2007

•

third edition
april 2016

•

fourth edition
march 2017

•

fifth edition
march 2020

•

typesetting & published
chintha publishers, thiruvananthapuram

•

cover & illustration
venki

Distribution
DESHABHIMANI BOOK HOUSE
H O Thiruvananthapuram 695035
phone: 0471-2303026, 6063026
Email: chinthapublishers@gmail.com
Website: www.chinthapublishers.com

Branch
Head Office Kunnukuzhi • Statue Thiruvananthapuram • KSRTC Bus
Station Alappuzha • KSRTC Bus Station Ernakulam • Machingal Lane
Thrissur • IG Road Kozhikode • Mavoor Road Kozhikode • NGO Union
Building Kannur • Central Bus Terminal Complex Thavakkara Kannur

---

CR - 2214 / 5280
ISBN - 978-93-89410-91-4

സയൻസ് പാർലമെന്റ്

(ബാലസാഹിത്യം)

പ്രൊഫ. എസ് ശിവദാസ്

ചിന്ത പബ്ലിഷേഴ്സ്
തിരുവനന്തപുരം-695 035

പ്രൊഫ. എസ് ശിവദാസ്

സ്വാതന്ത്ര്യസമരഭടനായിരുന്ന മണ്ഡപത്തിൽ ശങ്കരൻനായരുടെ പുത്രനായി 1940 ഫെബ്രുവരി പത്തൊൻപതിന് വൈക്കത്ത് ഉല്ലലയിൽ ജനിച്ചു. കേരള യൂണിവേഴ്സിറ്റിയിൽനിന്നും രസതന്ത്രത്തിൽ എം എസ് സി ബിരുദം നേടിയതിനുശേഷം കോട്ടയം സി എം എസ് കോളേജിൽ അധ്യാപകനായി, രസതന്ത്രവിഭാഗം തലവനായി റിട്ടയർ ചെയ്തു. മഹാ ത്മാഗാന്ധി യൂണിവേഴ്സിറ്റിയുടെ രസതന്ത്രം പോസ്റ്റ് ഗ്രാഡുവേറ്റ് ബോർഡ് ചെയർമാനായും സേവനമനുഷ്ഠിച്ചിട്ടുണ്ട്. കേരള ശാസ്ത്ര സാഹിത്യ പരിഷത്തിന്റെ കോട്ടയം ജില്ലാ കമ്മിറ്റിയുടെ സെക്രട്ടറി യായിരുന്ന പ്രൊഫ. ശിവദാസ് ദീർഘകാലം *യുറീക്ക മാസികയുടെ* എഡിറ്ററുമായിരുന്നു. ശാസ്ത്രപ്രചാരകൻ, വിദ്യാഭ്യാസ പ്രവർത്തകൻ, എഡിറ്റർ, പരിസ്ഥിതി പ്രവർത്തകൻ, ഗ്രന്ഥകാരൻ, പ്രചോദകൻ എന്നീ നിലകളിൽ പ്രവർത്തിച്ചുവരുന്നു.

ആരാ മാമാ ഈ വിശ്വമാനവൻ?, ശാസ്ത്രസല്ലാപം, Joy of Science, വായിച്ചാലും വായിച്ചാലും തീരാത്ത പുസ്തകം, ആറ്റം പുരാണം, നിങ്ങളുടെ മക്കളെ എങ്ങനെ മിടുമിടുക്കരാക്കാം, കീയോ കീയോ, പുസ്ത കക്കലികൾ, വിജയമന്ത്രങ്ങൾ കുട്ടികൾക്ക്, ബുദ്ധിയുണർത്തും കഥകൾ, ജയിക്കാൻ പഠിക്കാം, മണ്ണും മനുഷ്യനും, സ്നേഹക്കഥകൾ സ്വപ്നക്ക ഥകൾ തുടങ്ങി നൂറ്റിമുപ്പതിലേറെ ഗ്രന്ഥങ്ങളുടെ കർത്താവ്. കുട്ടികളിൽ ശാസ്ത്രബോധം വളർത്താനുള്ള നിരന്തരമായ പ്രവർത്തനങ്ങൾവഴി മറ്റു ഭാഷകൾക്കും മാതൃകയായതിന് ഭാരത സർക്കാരിന്റെ നാഷണൽ കൗൺസിൽ ഫോർ സയൻസ് ടെക്നോളജി കമ്യൂണിക്കേഷന്റെ ദേശീയ അവാർഡ്, ബാലസാഹിത്യത്തിനുള്ള NCERT അവാർഡ്, കേരള ബാല സാഹിത്യ ഇൻസ്റ്റിറ്റ്യൂട്ടിന്റെ സമഗ്ര സംഭാവനാ അവാർഡ്, കേരള സാഹിത്യ അക്കാദമി അവാർഡ്, ഭീമാ അവാർഡ്, കൈരളി ബുക്ക് ട്രസ്റ്റ് അവാർഡ്, AWIC ലൈഫ് ടൈം അച്ചീവ്മെന്റ് അവാർഡ്, കേരള സംസ്ഥാന ശാസ്ത്രസാങ്കേതിക പരിസ്ഥിതി കമ്മിറ്റി അവാർഡ്, SBI അവാർഡ് തുടങ്ങി അനേകം അംഗീകാരങ്ങൾ ലഭിച്ചിട്ടുണ്ട്.

ഭാര്യ	: സുമ (കുമാരനല്ലൂർ ദേവീവിലാസം ഹൈസ്കൂൾ മുൻ ഹെഡ്മിസ്ട്രസ്)
മക്കൾ	: ദീപു, അപു (എഞ്ചിനീയർമാർ)
മരുമക്കൾ	: ദീപ, ഡോ. സരിത.
കൊച്ചുമക്കൾ	: പാർവതി, അപർണ
വിലാസം	: പ്രശാന്ത്, അണ്ണാൻകുന്ന്, കോട്ടയം 686 001
ഫോൺ	: 0481 2560123
മൊബൈൽ	: 9446380823
E-mail	: ssivadas1@yahoo.com

ഉള്ളടക്കം

ആമുഖം

കൂട്ടുകാരെ, വരൂ.

പഠനം ആനന്ദകരമായ ഒരു അനുഭവമാകണം.

അതിന് രസിച്ചു പഠിക്കണം.

പഠിച്ചു രസിക്കണം.

അറിവു നേടുക ആനന്ദകരമാകണം.

അതിന് അനുഭവങ്ങളിലൂടെ പഠിക്കണം.

ആക്ടിവിറ്റികളിലൂടെ പഠിക്കണം.

ചർച്ചകളിലൂടെ പഠിക്കണം.

ജീവിതത്തിലൂടെ പഠിക്കണം.

അങ്ങനെ പഠിക്കാൻ പഠിക്കുന്ന

ഒരു സംഘം കാന്താരിക്കുട്ടികളുടെ കഥയാണിത്.

അവരെ കണ്ണിലെ കൃഷ്ണമണിയെപ്പോലെ കരുതുന്ന

സ്നേഹത്തിന്റെ ആൾരൂപമായ ഒരു ടീച്ചറുടെ കഥയും.

അവരുടെ കഥകളിലൂടെ

പഠനമെന്ന ആനന്ദം അനുഭവിച്ചറിയാൻ

കൂട്ടുകാരെ വരൂ.

ഈ കഥ വായിക്കൂ, വളരൂ, മിടുക്കരാകൂ.

സ്നേഹത്തോടെ

സ്വന്തം
ശിവദാസ് മാമൻ

1

ശാസ്ത്രക്കളിയുടെ രഹസ്യങ്ങൾ

കൂട്ടുകാരേ,

കുന്നിമണികളേ,

കാന്താരിക്കുട്ടികളേ,

ആദ്യം ഒരു തമാശക്കഥ പറയാം.

ഒരു ദിവസം ഒരു ടീച്ചർ ഒരു ക്ലാസിൽ ഒരു കുസൃതി ചോദ്യം ചോദിച്ചു: "ഒരു കിലോഗ്രാം പഞ്ഞിക്കാണോ ഒരു കിലോഗ്രാം ഇരുമ്പിനാണോ ഭാരം കൂടുതൽ?"

"ഇരുമ്പിന്" ചോദ്യം കേട്ടതും ചിലർ ചാടിയെഴു ന്നേറ്റ് ഉത്തരം പറഞ്ഞു.

"പഞ്ഞിക്കാണോ ഇരുമ്പിനാണോ ഭാരം കൂടുത ലെന്ന്! അതിത്ര ആലോചിക്കേണ്ട ചോദ്യമാണോ ടീച്ചർ? പഞ്ഞിക്കെങ്ങനെ ഇരുമ്പിന്റെയത്ര ഭാരം വരും?" കൊച്ചുറാണി ടീച്ചറെ ഒന്നു കൊച്ചാക്കി ചോദിക്കുകയും ചെയ്തു.

എന്നാൽ ടീച്ചർ കൊച്ചാകാതെ, ചമ്മാതെ നിന്നു ചിരിച്ചു. കൊച്ചുറാണിയെ നോക്കി പ്രത്യേകമൊന്നു

ചിരിച്ചുകൊണ്ട് ടീച്ചർ പറഞ്ഞു.

"ചോദ്യം കേട്ടാലുടൻ ഒട്ടും ചിന്തിക്കാതെ ചാടിക്ക
യറി ചിലർ ഉത്തരം പറയും എന്ന് ഞാൻ ഊഹിച്ചി
രുന്നു. എന്നാൽ ചിലർ ഉത്തരം പറയാതെ ആലോചി
ച്ചിരുന്നു. എന്റെ ചോദ്യത്തിലെന്തോ കുരുക്കുണ്ട് എന്ന്
ഊഹിച്ച് ആലോചിച്ചിരുന്നു. അതു നന്നായി. ഇനി
എല്ലാവരും നന്നായി ആലോചിച്ച് ഉത്തരം കണ്ടുപിടി
ക്കാൻ നോക്കൂ."

അപ്പോൾ കൊച്ചുമുഹമ്മദ് 'ഉച്ചത്തിൽ' ആലോചി

ക്കാൻ തുടങ്ങി. തന്റെ ചിന്തകളൊക്കെ അവൻ എല്ലാവ
ർക്കും കേൾക്കാൻ പറ്റുന്നവിധം പറഞ്ഞുകൊണ്ടിരുന്നു.
ഒരു കിലോഗ്രാം പഞ്ഞി. ഒരു കിലോഗ്രാം ഇരുമ്പ്.
രണ്ടിന്റെയും ഭാരം ഒന്നാണ് എന്ന് ചോദ്യത്തിൽ തന്നെ
ഉണ്ടല്ലോ? പിന്നെ ഏതിനാണ് ഭാരക്കൂടുതൽ എന്ന്
ചോദിക്കുന്നതെന്തിനാണ്? ആ ചോദ്യം തന്നെ തെറ്റല്ലേ?
രണ്ടിനും ഒരേ ഭാരമല്ലേ? തൂക്കമല്ലേ?... അത്രയും പറ
ഞ്ഞിട്ട് അവൻ കൂട്ടുകാരെ നോക്കി. ടീച്ചറേയും നോക്കി
ചിരിച്ചു.

കൊച്ചുമുഹമ്മദിന്റെ വർത്തമാനം കേട്ടപ്പോൾ
ഉത്തരം കിട്ടാതിരുന്നവർക്കും കിട്ടി, രണ്ടിനും തുല്യ
ഭാരമാണ് - ഒരു കിലോഗ്രാം. അപ്പോൾ ടീച്ചർ ചോദിച്ചു.

"പിന്നെ എന്തുകൊണ്ടാണ് ആദ്യം ഉത്തരം ചിലർ
തെറ്റിച്ചത്?"

"യുക്തിപൂർവ്വം ആലോചിച്ചില്ല". കൊച്ചുറാണി
കുറ്റം ഏറ്റു.

"ശരിയാണ് കൊച്ചുറാണി. ചോദ്യം കേൾക്കണം.
മനസ്സിലാക്കണം. യുക്തിപൂർവ്വം ചിന്തിക്കണം. കിലോ
ഗ്രാം എന്നത് ഭാരത്തിന്റെ അതായത് weightന്റെ അള
വാണ്; യൂണിറ്റാണ്. അക്കാര്യം ഓർക്കണമായിരുന്നു.
ഏതിനാണ് ഭാരക്കൂടുതൽ എന്നല്ലേ ചോദ്യം? അപ്പോൾ
രണ്ടിന്റെയും ഭാരം തമ്മിൽ താരതമ്യപ്പെടുത്തേണ്ടിയി
രുന്നു." ടീച്ചർ വിശദീകരിച്ചു.

"ഇങ്ങനെ യുക്തിപൂർവ്വം ചിന്തിക്കുന്ന ശീലം
ഞങ്ങൾക്കില്ല ടീച്ചർ. പഞ്ഞി, ഇരുമ്പ് എന്നീ വാക്കുകൾ
കേട്ടപ്പോഴെ നിഗമനത്തിലെത്തി. ചോദ്യമെന്ത് എന്ന്
മനസ്സിലാക്കിയില്ല. പഞ്ഞിക്ക് എപ്പോഴും ഇരുമ്പിനെ
ക്കാൾ ഭാരം കുറവാണ് എന്ന ചിന്തയാണ് ഉള്ളിൽ."

രാമു പറഞ്ഞു.

"യുക്തിപൂർവം ചിന്തിക്കുന്നവർക്കേ ശാസ്ത്രത്തി ൽ വൈദഗ്ധ്യം നേടാനാകൂ. ആട്ടെ, എന്റെ ചോദ്യം ഞാൻ ഒന്നു മാറ്റി ചോദിക്കട്ടെ. ഒരു കിലോഗ്രാം പഞ്ഞിയും ഒരു കിലോഗ്രാം ഇരുമ്പും എടുത്താൽ ഏതിനായിരിക്കും വ്യാപ്തം കൂടുതൽ?"

ടീച്ചറുടെ പുതിയ ചോദ്യം കേട്ട് എല്ലാ കാന്താരിക്കു ട്ടികളും ചിരിച്ചു. "ഇനി തെറ്റിക്കാം എന്നു കരുതേണ്ട ടീച്ചർ. ഞങ്ങൾക്ക് ശരി ഉത്തരം അറിയാം." അവർ പറ ഞ്ഞു. കൂട്ടുകാരെ, നിങ്ങൾക്കും ശരി ഉത്തരം കിട്ടി

യില്ലേ? കിട്ടാത്തവർ ഒന്നുകൂടി ചിന്തിക്കുക. അപ്പോൾ ശരി ഉത്തരം കിട്ടും.

ടീച്ചറുടെ കഥ തീർന്നില്ല. അന്ന് ടീച്ചർ നല്ല ഉശിരി ലായിരുന്നു. തന്റെ ശിഷ്യരുടെ യുക്തിചിന്ത വളർത്തണ മെന്ന വാശിയിലായിരുന്നു. അതിനായി ടീച്ചർ ബാഗിൽ നിന്നും ഒരു പോസ്റ്റ് കാർഡ് എടുത്തു.

"ഇതെന്താണ്?" ടീച്ചർ ചോദിച്ചു.

"ഒരു പോസ്റ്റ് കാർഡ്". കുട്ടികൾ പെട്ടെന്നു പറ ഞ്ഞു.

ടീച്ചർ സമ്മതിച്ചു. എന്നിട്ട് ഒരു കത്രികയും കയ്യിലെ ടുത്തുകൊണ്ട് ടീച്ചർ ചോദിച്ചു. "ഞാൻ ഇതിന്റെ ഒരു മൂല മുറിച്ചു കളയുകയാണ്. മുറിച്ചുകളയുമ്പോൾ ആ മൂല പോ കും. ചെറിയ ഒരു ത്രികോണമാണ് മുറിഞ്ഞു മാറുക.

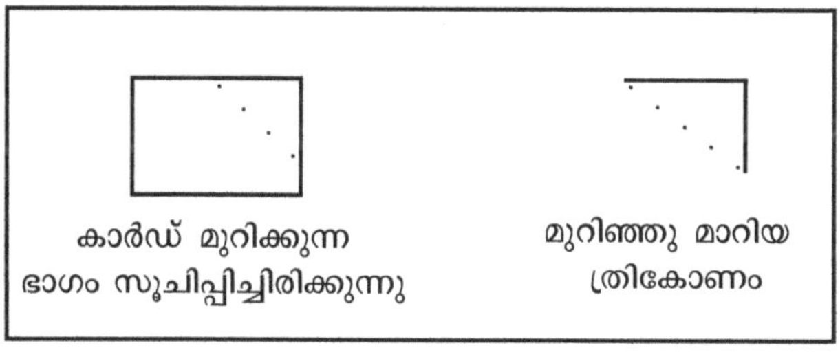

കാർഡ് മുറിക്കുന്ന
ഭാഗം സൂചിപ്പിച്ചിരിക്കുന്നു

മുറിഞ്ഞു മാറിയ
ത്രികോണം

പിന്നെ എത്ര മൂല ഈ കാർഡിനുണ്ടാകും?"

"കാർഡിന് നാലു മൂലയല്ലേ? ഒന്നു മുറിച്ചു കള ഞ്ഞാൽ പിന്നെ മൂന്നല്ലേ കാണൂ?" രാമു ചോദിച്ചു.

"മൂന്ന് എന്ന ഉത്തരം തെറ്റാണ്". ടീച്ചർ പ്രഖ്യാ പിച്ചു. എന്നിട്ട് കാർഡിന്റെ മൂല മുറിച്ചു കാണിച്ചു കൊടുത്തു.

എല്ലാ കാന്താരിക്കുട്ടികളും നോക്കി.

ഒരു മൂല മുറിച്ചു മാറ്റിയപ്പോൾ കാർഡിന് ഒരു മൂല

കൂടിയിരിക്കുന്നു! ഇപ്പോൾ കാർഡിന് ആകെ 5 മൂലകൾ ഉണ്ട്! എല്ലാ കാന്താരിക്കുട്ടികളും അദ്ഭുതം കൊണ്ട് വായ പൊളിച്ചുപോയി.

"നാലു മൂലകളിൽ ഒന്നു വെട്ടിമാറ്റിയാൽ ഒന്നു കുറയുമെന്ന് ഊഹിച്ചു. യുക്തിപൂർവം ചിന്തിക്കാതെയാ യിരുന്നു ഊഹം. അതിനാൽ അത് തെറ്റി. ശാസ്ത്ര പഠനത്തിൽ ഊഹിക്കാനുള്ള പരിശീലനവും ഉൾപ്പെ ടുന്നു. ശരിയായി ഊഹിക്കാനാണ് പരിശീലിക്കേണ്ടത്. നമുക്കും അങ്ങനെ ഊഹിച്ചു പരിശീലിക്കാം."

ടീച്ചർ കുട്ടികളെ സമാധാനിപ്പിച്ചു. എന്നിട്ടു ചോദി ച്ചു.

"ആട്ടെ ഞാൻ കാർഡിന്റെ ഒരു മൂല വെട്ടിമാറ്റിക്കാ ണിച്ചപ്പോൾ നിങ്ങൾക്ക് ശരിയായ ഉത്തരം കിട്ടിയല്ലോ. അതെന്തുകൊണ്ടാണ്?"

"ചെയ്തു കണ്ടപ്പോൾ കൃത്യമായി കാര്യം മനസ്സി ലായി" പാർവതി പറഞ്ഞു.

"ശരിയാണ്. അപ്പോൾ ശാസ്ത്രപഠനത്തിൽ ആക്ടിവിറ്റി അത്യാവശ്യമാണ് എന്നു മനസ്സിലായല്ലോ. പ്രവർത്തിച്ച്, അനുഭവിച്ച്, പഠിച്ചാൽ പഠനം രസകര മാകും. ശരിയായി കാര്യങ്ങൾ മനസ്സിലാകുകയും ചെ യ്യും. അതുകൊണ്ട് നിങ്ങളും ധാരാളം പഠനപ്രവർത്ത നങ്ങൾ ചെയ്യണം. പ്രോജക്ടുകൾ ചെയ്യണം. ശാസ്ത്ര പഠനത്തിന്റെ പരമപ്രധാനമായ ഒരു ഭാഗമാണ് ഈ ആക്ടിവിറ്റികൾ."

"സമ്മതിച്ചു ടീച്ചർ. എനിക്ക് ഇന്നു ടീച്ചർ പറഞ്ഞ കാര്യങ്ങളെല്ലാം നന്നായി മനസ്സിലായി." പാർവതി പറഞ്ഞു.

"ഉവ്വോ. എന്നാലൊന്ന് ഓർത്തു പറയൂ. ഞാൻ

എന്തൊക്കെ ആശയങ്ങളാണ് പറഞ്ഞത്?"

"യുക്തിപൂർവ്വം ചിന്തിക്കണം. അതാണ് ശാസ്ത്ര ത്തിന്റെ രീതി. ശരിയായി ഊഹിക്കാനും പരീശീലി ക്കണം. ആക്ടിവിറ്റികളിലൂടെയും പ്രോജക്ടുകളിലൂടെയും സ്വയം അനുഭവിച്ചു പഠിച്ചാലേ ശാസ്ത്രപഠനം ശരി യാകൂ. ഇത്രയുമാണ് പറഞ്ഞത്." പാർവ്വതി പറഞ്ഞു.

"മിടുക്കി. ഇത്രയുമാണ് പറഞ്ഞത്. സമ്മതിച്ചു."

"പക്ഷേ ടീച്ചർ എന്നും കഥ പറഞ്ഞ് രസിപ്പിച്ചു പഠിപ്പിക്കുമായിരുന്നു. ഇന്ന് കഥ പറയാത്തത് കഷ്ട മായിപ്പോയി."

"കഥ പറയുന്നില്ല എന്ന് ആരു പറഞ്ഞു? ഇനി കഥയാണു പറയാൻ പോകുന്നത്. കേട്ടോളൂ...

"ഒരിടത്തൊരിടത്ത് ഒരു നാൾ ഒരു കാക്കയ്ക്ക് വല്ലാതെ ദാഹിച്ചു."

ടീച്ചർ കഥ തുടങ്ങിയപ്പോൾ തന്നെ കുട്ടികൾ ചാടി എഴുന്നേറ്റു കഥ തടഞ്ഞു!

"ആ കഥ പറയേണ്ട ടീച്ചർ. ഞങ്ങൾക്കത് അറിയാം."

"എങ്കിൽ ഞാൻ കഥ പറയുന്നില്ല. നിങ്ങൾ പറ ഞ്ഞാൽ മതി. ഓരോരുത്തർ ഓരോ വാചകം പറഞ്ഞ് കഥ മുന്നോട്ടു കൊണ്ടുപോകണം. ഞാൻ പറഞ്ഞിടത്തു നിന്നും തുടങ്ങൂ. അപർണ്ണ തുടങ്ങൂ. മറ്റുള്ളവർ തുടരൂ." ടീച്ചർ അവർക്കൊരു ആക്ടിവിറ്റി നൽകി.

"അത് വേനൽക്കാലമായിരുന്നു."

"കിണറും കുളവും പുഴയുമെല്ലാം വറ്റിവരണ്ടു കിട ക്കുകയായിരുന്നു."

"കാക്ക വെള്ളം തേടി പറന്നു പറന്നു തളർന്നു."

"ഒരിടത്തു നിന്നും ഒരു തുള്ളി വെള്ളംപോലും

കിട്ടിയില്ല.”

“കാക്ക നിരാശനായി ഒരു വീട്ടുമുറ്റത്ത് പറന്നിറങ്ങി.”

“അവിടെ ഒരു കുടം ഇരുന്നിരുന്നു.”

“കാക്ക ആശയോടെ കുടത്തിന്റെ വക്കിൽ കയറി നിന്ന് ഉള്ളിലേക്കു നോക്കി.”

“കുടത്തിന്റെ അടിഭാഗത്ത് കുറച്ചു വെള്ളമുണ്ട് എന്നു കണ്ട് സന്തോഷിച്ചു.”

“വെള്ളം കുടിക്കാൻ തല കുടത്തിലിറക്കി നോക്കി.”

“എത്ര ശ്രമിച്ചിട്ടും കൊക്ക് വെള്ളത്തിൽ മുട്ടിയില്ല.”

“കാക്കയ്ക്ക് വലിയ സങ്കടം തോന്നി.”

“പക്ഷേ നിരാശനാകാതെ അത് ആലോചിച്ചു.”

“കുടത്തിലെ വെള്ളം കുടിക്കാൻ എന്താണു വഴി?”

“പെട്ടെന്ന് കാക്കയ്ക്ക് ഒരു സൂത്രം തോന്നി.”

“അത് മുറ്റത്തു കിടന്ന വെള്ളാരങ്കല്ലുകൾ

ഓരോന്നായി കൊത്തിയെടുത്ത് കുടത്തിലിട്ടു."

"ഓരോ കല്ലും വീണപ്പോൾ ജലനിരപ്പ് കുറച്ചു യർന്നു."

"അങ്ങനെ ഉയർന്നുയർന്ന് കുടത്തിന്റെ വക്കുവരെ ഉയർന്നു."

"അപ്പോൾ കാക്ക കുടത്തിന്റെ വക്കിൽ പിടിച്ചിരുന്ന് വെള്ളം കുടിച്ചു സന്തോഷിച്ചു."

"എന്നിട്ട് സന്തോഷത്തോടെ എല്ലാവരും കേൾക്കാനായി ഉച്ചത്തിൽ പറഞ്ഞു."

"കാ!കാ!കാ! ബുദ്ധിയുണ്ടെങ്കിൽ കുടത്തിലെ വെള്ളത്തേയും ഉയർത്താം. ഉയർത്തി, കുടിച്ച്, ദാഹം മാറ്റി, വിജയിക്കാം."

കഥ തീർന്നപ്പോൾ എല്ലാ കാന്താരിക്കുട്ടികളും സന്തോഷത്തോടെ ടീച്ചറെ നോക്കി. ടീച്ചർ ചിരിച്ചു. "നിങ്ങൾ കഥ നന്നായി പറഞ്ഞു. നന്നായി ഈ കഥാകേളി അവതരിപ്പിച്ച എല്ലാവർക്കും എന്റെ അഭിനന്ദനങ്ങൾ." ടീച്ചർ കൈ അടിച്ചു. കുട്ടികളും കൂടെ അടിച്ചു.

അപ്പോൾ ടീച്ചർ ഒരു കള്ളച്ചിരിയോടെ എല്ലാവ രേയും നോക്കി. എന്നിട്ടു ചോദിച്ചു.

"ആട്ടെ, ഈ കഥ ശരിയാണോ? ശരിയാകുമോ?"

"ടീച്ചർ, കഥയിൽ ചോദ്യമില്ല എന്ന് പണ്ട് ആരോ പറഞ്ഞിട്ടില്ലേ?" കൊച്ചുമുഹമ്മദ് ഒരു തർക്കം ഉന്നയിച്ചു.

"കഥയിൽ ചോദ്യമില്ല. എന്നാലും ഞാൻ ഒന്നു ചോദിക്കുകയാണ്. കാക്ക ചെയ്തതുപോലെ ചെയ് താൽ കുടത്തിന്റെ മൂട്ടിൽ കിടക്കുന്ന വെള്ളത്തെ ഉയർ ത്തിക്കൊണ്ടുവരാൻ പറ്റുമോ?"

"പറ്റും പറ്റും. വെള്ളമിരിക്കുന്ന പാത്രത്തിൽ കല്ലി ട്ടാൽ വെള്ളനിരപ്പ് ഉയരുകയില്ലേ?" കൊച്ചുറാണി ചോ ദിച്ചു.

"ഉയരും. എന്നാൽ കഥയിൽ എന്താ പറയുന്നത്? കുടത്തിന്റെ താഴ്ഭാഗത്ത് കുറച്ചു വെള്ളം മാത്രമേ ഉ ണ്ടായിരുന്നുള്ളൂ എന്നല്ലേ? നമുക്ക് അതൊന്നു ചെയ്തു നോക്കിയാലോ?" ടീച്ചർ ഒരു അഭിപ്രായം ചോദിച്ചു.

"ചെയ്തു നോക്കാം ടീച്ചർ. അതൊരു ആക്ടിവിറ്റിയാകട്ടെ" അപർണ്ണ ടീച്ചറെ പിൻതാങ്ങി.

ടീച്ചർ ഓഫീസിൽ നിന്നും ഒരു കുടം എടുപ്പിച്ചു. കുട്ടികൾ അതു നിലത്തുവച്ചു. അടിയിൽ കുറച്ചു വെള്ളമൊഴിച്ചു. പകുതിയുടെ പകുതിയിലും താഴെ മാത്രം വെള്ളമെടുത്തു. കുട്ടികൾ മുറ്റത്തുനിന്നും വെള്ളാരങ്കല്ലുകൾ പെറുക്കി കുടത്തിലിടാൻ തുടങ്ങി.

"എല്ലാ കാക്കകളും കല്ല് കൊത്തിക്കൊണ്ടു വന്ന് കുടത്തിലിട്ടോളൂ." ടീച്ചർ ഒരു തമാശ പറഞ്ഞു. കല്ലു കൾ എടുത്തുകൊണ്ടു വരുന്നതിനിടെ ചിലർ 'കാകാ കാകാ' എന്നു കരയാനും മറന്നില്ല! കല്ലുകൾ ഓരോ ന്നോരോന്നായി കുടത്തിൽ വീണു. ആദ്യമൊക്കെ വെള്ളം ഉയർന്നു. പിന്നെ കല്ലുകൾ കൂടിയപ്പോൾ വെള്ളം കല്ലുകൾക്കിടയിലായി. കുറച്ചു കഴിഞ്ഞപ്പോ ഴോ! കല്ലുകൾ ഉയർന്നു നിന്നു. വെള്ളം കാണാതായി!

"ഇതെന്തു പറ്റി? ഞാൻ കരുതിയത് വെള്ളം കല്ലുകളുടെ മുകളിൽ വന്നു നിൽക്കുമെന്നായിരുന്നു" കൊച്ചുമുഹമ്മദ് നിരാശയോടെ പറഞ്ഞു.

ടീച്ചർ കൊച്ചുമുഹമ്മദിനെ ആശ്വസിപ്പിച്ചു. "എപ്പോഴും നമ്മൾ പ്രതീക്ഷിക്കുന്നതുപോലെ എല്ലാം നടക്കില്ല കൊച്ചുമുഹമ്മദേ. അതിൽ വിഷമിക്കേണ്ട.

നിങ്ങളെക്കൊണ്ട് ചിന്തിപ്പിക്കാനാണ് ഞാൻ ഈ ആക്ടിവിറ്റി ചെയ്യിച്ചത്."

"പക്ഷേ ഇതോടെ ആകപ്പാടെ എല്ലാം കുഴഞ്ഞു മറിഞ്ഞ തോന്നലാണ്. കല്ലുകൾ ഇട്ടപ്പോൾ വെള്ളം പൊങ്ങി മുകളിൽ നിൽക്കാഞ്ഞത് എന്തുകൊണ്ടാണ്?" രാമു സംശയം ഉന്നയിച്ചു.

"അത് നിങ്ങൾതന്നെ ആലോചിച്ചു കണ്ടുപിടി ക്കണം. കല്ലുകൾ ഇടുമ്പോൾ അവ താഴെ കിടക്കും. ഒരു കല്ലിനു മുകളിൽ അടുത്തതെന്ന മട്ടിൽ. കല്ലുകൾക്കി ടയിൽ ഇടമുണ്ടാകും. അവിടെ വെള്ളം കിടക്കും. വെ ള്ളം കുറവാണെങ്കിൽ, കല്ലുകൾ കൂടുതലുമാണെങ്കിൽ ഇടയിൽ കിടക്കാനുള്ള വെള്ളമേ കാണൂ!"

ടീച്ചർ തന്റെ വാദം ഉന്നയിച്ചു. "അപ്പോൾ കല്ലുകൾ ഇട്ടു വെള്ളമുയർത്തണമെങ്കിൽ അതിനു വേണ്ടത്ര വെള്ളം കുടത്തിലുണ്ടാകണം എന്ന്; അല്ലേ ടീച്ചർ? കഥയിൽ പറയുംപോലെ കുടത്തിന്റെ മൂട്ടിൽ കുറച്ചു വെള്ളം കിടന്നാൽ കല്ലുകളിട്ട് ഉയർത്താൻ പറ്റില്ല; അല്ലേ?"

"അതെ. കുടത്തിൽ കുറേയേറെ വെള്ളമുണ്ടായിരു ന്നാൽ കല്ലുവിദ്യ ശരിയായേക്കാം. പക്ഷേ അപ്പോൾ കല്ലിടാതെ തന്നെ തല കുടത്തിലിട്ട് കാക്കയ്ക്കു വെള്ളം കുടിക്കാൻ പറ്റിയേനെ." ടീച്ചർ തന്റെ വാദം തുടർന്നു.

"ഹൊ ഈ ടീച്ചർ ഒരു വല്ലാത്ത യുക്തിവാദി യാണല്ലോ." കൊച്ചുറാണിക്കു ദേഷ്യം വന്നു.

ടീച്ചർ ചിരിച്ചുപോയി. ചിരിച്ചുകൊണ്ട് ടീച്ചർ പറഞ്ഞു:

"ഞാൻ വാദിക്കുക മാത്രമല്ല ചെയ്തത്. ചെയ്തു കാണിച്ചു. പരീക്ഷിച്ചു കാണിച്ചു. **പരീക്ഷണം, നിരീ**

ക്ഷണം, നിഗമനം. അതാണല്ലോ ശാസ്ത്രത്തിന്റെ വഴി. വിവരങ്ങളെ യുക്തിപൂർവം വിശകലനം ചെയ്യു കയും വേണം. കാക്കക്കഥ കേട്ടപ്പോൾ എപ്പോഴെങ്കിലും അതു ശരിയാകുമോ എന്നൊരു സംശയമുണ്ടായാലേ ശാസ്ത്രകൗതുകമുണ്ട് എന്നു പറയാനാകൂ. സംശ യമുണ്ടായാലോ? അതേപ്പറ്റി യുക്തിപൂർവം ചിന്തിക്ക ണം. വിവരങ്ങളെ വിലയിരുത്തി നിഗമനത്തിലെത്താൻ വേണമെങ്കിൽ പരീക്ഷണവും നടത്തണം.'' ടീച്ചർ പറഞ്ഞു.

"സമ്മതിച്ചു ടീച്ചർ. സംശയിക്കുന്ന സ്വഭാവം വളർത്തണം: അല്ലേ? ചോദ്യം ചോദിക്കുന്ന സ്വഭാവം. ഉത്തരങ്ങൾ തേടുന്ന സ്വഭാവം. വിവരങ്ങൾ വിശകലനം ചെയ്യുന്ന സ്വഭാവം. അങ്ങനെ വിലയിരുത്തി ചിന്തിച്ച് നിഗമനങ്ങളിലെത്തുമ്പോൾ ശാസ്ത്രത്തിന്റെ വഴിയെ മുന്നേറാനുള്ള പരിശീലനവുമാകും. അല്ലേ ടീച്ചർ?"

"ശരിയാണു രാമൂ. അതിന് ഞാൻ ഒരു പഴങ്കഥ ഉപയോഗിച്ചു എന്നേയുള്ളു. ഇപ്പോൾ നിങ്ങൾക്ക് ശാസ്ത്രത്തിന്റെ വഴി മനസ്സിലായല്ലോ. അതിന് Scien- tific method എന്നു പറയും. യുക്തിപൂർവമുള്ള ചിന്തയാണത്. മുൻവിധി പാടില്ല. പണ്ടുമുതൽ പറയുന്നതുപോലും അതേപടി വിശ്വസിക്കില്ല. ചിന്തി ക്കും. പരീക്ഷിക്കും. വിവരങ്ങളെ യുക്തിപൂർവം വിശകലനം ചെയ്യും. അങ്ങനെ പ്രശ്നങ്ങളുടെ ഉത്തരം തേടും. അതിരസകരവും ആവേശകരവുമായ ഈ കളിയാണ് ശാസ്ത്രക്കളി. ശാസ്ത്രീയമായ ചിന്ത. മനുഷ്യന്റെ വളർച്ച അത്യദ്ഭുതകരമായ വേഗതയിലാക്കിയത് ഈ കളിയാണ്. ആധുനിക ശാസ്ത്ര സാങ്കേതിക വിദ്യകൾ രൂപപ്പെട്ടത് ഈ

കളിയിലൂടെയാണ്. കമ്പ്യൂട്ടർ യുഗം, ഇൻഫർമേഷൻ യുഗം, അറിവിന്റെ യുഗം എന്നൊക്കെ നാം വിശേഷിപ്പിക്കുന്ന അതിവേഗം വളരുന്ന അത്യദ്ഭുതകര മായ ഒരു യുഗം യാഥാർത്ഥ്യമാക്കിയ മഹത്തായ കളിയാണ് ശാസ്ത്രക്കളി. ശാസ്ത്രീയ സമീപനമു പയോഗിച്ച് പ്രകൃതിയെ പഠിച്ച് പ്രയോജനപ്പെടുത്തി മനുഷ്യൻ വളർന്നത് ഈ കളിയിലൂടെയാണ്."

ടീച്ചർ വികാരവിവശയായി ഒരു നിമിഷം നിശബ്ദ യായിപ്പോയി. കുട്ടികളും ടീച്ചറുടെ വികാരം ഉൾക്കൊണ്ട് മിണ്ടാതിരുന്നു. അവസാനം ആരോ പറഞ്ഞു:

"ആവേശകരമായ ആ കളി കളിക്കാൻ ഞങ്ങൾ റെഡിയാണു ടീച്ചർ. യുക്തിചിന്തയിലൂടെ, പരീക്ഷണ നിരീക്ഷണ നിഗമനങ്ങളിലൂടെ, ആക്ടിവിറ്റികളിലൂടെ, അനുഭവങ്ങളിലൂടെ ഞങ്ങൾ പഠിക്കും. തീർച്ച."

"എങ്കിൽ എനിക്ക് സന്തോഷമായി." ടീച്ചറും പുഞ്ചി രിയോടെ പറഞ്ഞ് അന്നത്തെ ക്ലാസ് അവസാനിപ്പിച്ചു.

2

സയൻസ് പാർലമെന്റ്

എന്റെ കാന്താരിക്കുട്ടികളേ,

നിങ്ങൾക്ക് കഥകളിലൂടെ പഠിപ്പിക്കുന്ന ടീച്ചറെ ഇഷ്ടമായയോ? എനിക്കും ഇങ്ങനെയൊരു ടീച്ചറുണ്ടാ യിരുന്നെങ്കിൽ എന്ന് ആരും ആശിച്ചു പോകും; അല്ലേ? രസിച്ചു പഠിച്ചാൽ പഠനം എത്ര രസകരമാണ്; അല്ലേ?

ടീച്ചർ ഒരു ദിവസം കുട്ടികളോടു പറഞ്ഞു: "ഞാൻ നിങ്ങളെയെല്ലാം എം പി മാരാക്കിയിരിക്കുന്നു." അതു കേട്ട് കുട്ടികൾ അദ്ഭുതപ്പെട്ടു. അതെങ്ങനെ പറ്റും ടീച്ചർ? പാർലമെന്റ് മെമ്പറാകാൻ തെരഞ്ഞെടുപ്പിൽ മൽസരി ക്കേണ്ടേ? അതിനു പ്രായമാകേണ്ടേ? കുട്ടികൾ സംശയം ചോദിച്ചു.

അപ്പോൾ ടീച്ചർ പൊട്ടിച്ചിരിച്ചുകൊണ്ടു പറഞ്ഞു: "കാന്താരികളേ നിങ്ങൾ സയൻസ് പാർലമെന്റിലെ അംഗങ്ങളാകാനാണു പോകുന്നത്. മെമ്പർ ഓഫ് സയൻസ് പാർലമെന്റ്."

"എങ്കിൽ ഞങ്ങൾക്കു നൽകേണ്ടത് എം പി സ്ഥാ നമല്ല ടീച്ചർ. എം എസ് പി സ്ഥാനമാണ്!" കൊച്ചു

മുഹമ്മദ് ഒരു തമാശ പൊട്ടിച്ചു.

"സമ്മതിച്ചു. എങ്കിലും എളുപ്പത്തിന് എം പി എന്നു പറയാം. എല്ലാവരും ശ്രദ്ധിക്കുവിൻ. സയൻസിൽ മിടുക്കരാകാൻ ആഗ്രഹിക്കുന്നവരൊക്കെ മനസ്സിൽ എം പി മാരാകണം. നല്ല എം പി മാരാകണമെങ്കിൽ

നന്നായി കാര്യങ്ങൾ പഠിക്കണം. ചർച്ച ചെയ്യണം. നാടുമായും നാട്ടുകാരുമായും ഇടപഴകണം. എം പി സ്ഥാനം ഒരു തപസ്സായി കണ്ട് ജീവിച്ചാലേ നല്ല എം പി ആകൂ. പ്രത്യേകിച്ചും സയൻസ് പാർലമെന്റ് മെമ്പർ അങ്ങനെ ജീവിക്കണം." ടീച്ചർ കാര്യങ്ങൾ വിശദീക രിച്ചു.

"പക്ഷേ ഞങ്ങൾക്കു സമ്മേളിക്കാൻ പാർലമെന്റ് മന്ദിരമില്ലല്ലോ. ഞങ്ങൾക്ക് രാഷ്ട്രപതിയില്ല. പ്രധാനമ ന്ത്രിയുമില്ല." കൊച്ചുറോസ ഇല്ലായ്മകളുടെ പട്ടിക നിരത്തി.

"എന്ത് ഇല്ല എന്നല്ല ചിന്തിക്കേണ്ടത്. എന്ത് ഉണ്ട് എന്നാണ്. നിങ്ങൾക്ക് കണ്ണു തുറന്നു കാണാൻ നല്ല രണ്ടു കണ്ണുകൾ ഉണ്ട്. ചെവി തുറന്നു കേൾക്കാൻ രണ്ടു ചെവികളുമുണ്ട്. നിങ്ങൾക്ക് സൂപ്പർകമ്പ്യൂട്ടറിനെ തോൽപ്പിക്കുന്ന ഒരു മസ്തിഷ്കവുമുണ്ട്. പിന്നെ വീടുണ്ട്, വിദ്യാലയമുണ്ട് ..."

ടീച്ചർ പറഞ്ഞു തീർക്കുന്നതിനു മുൻപ് കൊച്ചു മുഹമ്മദ് ഇടയ്ക്കു കയറിപ്പറഞ്ഞു: "പിന്നെ നല്ല ഒരു ടീച്ചറുമുണ്ട്! സയൻസ് പാർലമെന്റിന്റെ സ്പീക്കർ പദവി ടീച്ചർക്കു തന്നെ."

അതുകേട്ട് ടീച്ചറും കുട്ടികളും പൊട്ടിച്ചിരിച്ചു. ചിരിച്ചുകൊണ്ട് ടീച്ചർ പറഞ്ഞു. "പിന്നെ നിങ്ങൾ നല്ല ചുറുചുറുക്കുള്ള കാന്താരികളുമാണ്. നിങ്ങളുടെ ഉള്ളിൽ അറിയാനും വളരാനുമുള്ള ആഗ്രഹമുണ്ട്. ശാസ്ത്രകൗതുകമുണ്ട്. അതൊക്കെ മതി സയൻസ് പാർലമെന്റിലെ കഴിവുറ്റ അംഗമാകാൻ."

"പക്ഷേ ഞങ്ങൾ എവിടെയാണ് സയൻസ് പാർലമെന്റ് കൂടേണ്ടത്?" രാമു ഒരു സംശയം ചോദിച്ചു.

"എവിടെയും കൂടാം. നിങ്ങൾ ഒന്നിച്ചു ചേരുന്നിട മൊക്കെ സയൻസ് പാർലമെന്റാണ് എന്നു കരുതിയാൽ മതി. ക്ലാസും കളിസ്ഥലവും വീടും എല്ലാം. ശാസ്ത്രകൗതുകത്തോടെ കാര്യങ്ങൾ മനസ്സിലാക്കാ നും പ്രവർത്തിക്കാനും ശ്രമിച്ചാൽ മതി."

"അപ്പോൾ ഈ ക്ലാസും ഒരു പാർലമെന്റ് സമ്മേ ളനമായി കണക്കാക്കാം; അല്ലേ ടീച്ചർ?" പാർവ്വതി ചോദിച്ചു.

"അതെ നിങ്ങൾക്ക് ചർച്ചയാകാം. പഠനമാകാം. ഡിബേറ്റാകാം. പഠനയാത്രകൾ പോകാം. എല്ലാ വേദികളും സയൻസ് പാർലമെന്റാക്കാം. നിങ്ങൾ ഉത്തരവാദിത്വമുള്ള ശാസ്ത്രബോധമുള്ള ഒരു മെമ്പറാ യി പ്രവർത്തിച്ചാൽ മതി." ടീച്ചർ വിശദീകരിച്ചു.

"എങ്കിൽ ഞങ്ങളുടെ പ്രിയപ്പെട്ട സ്പീക്കർടീച്ചറുടെ ഉപദേശം അംഗീകരിച്ച് ഇന്നുമുതൽ ഞങ്ങൾ ഉത്തരവാ ദിത്വമുള്ള സയൻസ് പാർലമെന്റ് അംഗങ്ങളായി പ്രവർത്തിച്ച് മിടുമിടുക്കരായി വളരുമെന്ന് സത്യപ്ര തിജ്ഞ ചെയ്യുന്നു." കൊച്ചുമുഹമ്മദ് ഗൗരവത്തോടെ എഴുന്നേറ്റുനിന്ന് പ്രഖ്യാപിച്ചു. എല്ലാ കാന്താരിക്കു ട്ടികളും ടീച്ചറും കൈയടിച്ച് അത് അംഗീകരിച്ചു.

3

മാന്ത്രിക അറകൾ തുറക്കാം

അടുത്ത ദിവസം ടീച്ചർ ക്ലാസിൽ വന്നത് ഒരു തു ണിസഞ്ചിയും തൂക്കിപ്പിടിച്ചുകൊണ്ടായിരുന്നു. അതു കണ്ട് കൊച്ചുമുഹമ്മദ് ടീച്ചറെ കളിയാക്കി ചോദിച്ചു:

"എന്താ ടീച്ചർ രാവിലെ കായസഞ്ചിയും തൂക്കി നട ക്കുന്നത്?"

ടീച്ചർ ചിരിച്ചുകൊണ്ടു പറഞ്ഞു: "എടാ കാന്താരീ, ഇത് കായസഞ്ചിയല്ല; മാജിക് സഞ്ചിയാ."

കൊച്ചുമുഹമ്മദ് അതുകേട്ട് അദ്ഭുതപ്പെട്ടു. വിശ്വസി ക്കാനാകാതെ അവൻ ചോദിച്ചു: "'ടീച്ചർ, ശരിക്കും അ തിൽ മാന്ത്രികപ്പെട്ടിയാണോ?"

"അതെ. ഒരു പെട്ടിയല്ല. പല പെട്ടികൾ. ഓരോ പെട്ടിയിലും അനേകം മാന്ത്രിക അറകൾ. മാന്ത്രിക ക്കാഴ്ചകൾ. അത്തരമൊരു അദ്ഭുത മാന്ത്രിക സഞ്ചി യാണ് ഈ കായസഞ്ചി." ടീച്ചർ അങ്ങനെ പറഞ്ഞു കൊണ്ട് സഞ്ചിയിലെ 'മാന്ത്രികപ്പെട്ടികൾ' മുഴുവൻ മേശപ്പുറത്ത് എടുത്തുവച്ചു. അതുകണ്ട് കുട്ടികൾ പൊട്ടി ച്ചിരിച്ചുപോയി. അവയൊന്നും മാന്ത്രികപ്പെട്ടികളാ

യിരുന്നില്ല; മറിച്ച് പുസ്തകങ്ങൾ ആയിരുന്നു!

"ഓ ഇതാണോ മാന്ത്രികപ്പെട്ടികൾ?" കൊച്ചുറാണി നിരാശയോടെ ചോദിച്ചു. ടീച്ചർ ചിരിച്ചുകൊണ്ടു മറുപടി പറഞ്ഞു:

"എന്താ കൊച്ചുറാണിക്കു നിരാശയായയോ? നിരാശ വേണ്ട. ഞാൻ പറഞ്ഞത് ശരിതന്നെയാണ്. അറിയുക; **ഓരോ പുസ്തകവും ഓരോ മാന്ത്രികപ്പെട്ടിയാണ്. മാ ജിക് പോട്ടാണ്. മാജിക് ബോക്സാണ്. അത് തുറ ക്കുമ്പോൾ നിങ്ങൾക്ക് അനേകം മാന്ത്രിക അറകൾ**

കാണാം. ഓരോ അറയിലും ഓരോ വിടവിലും അനേകം അത്യദ്ഭുതകരമായ വിവരങ്ങൾ കാണാം. അത്യദ്ഭുതകരവും ആവേശകരവുമായ അറിവുകൾ. ആശയങ്ങൾ, അനുഭവങ്ങൾ, ചിന്തകൾ, സ്വപ്ന ങ്ങൾ, സാധ്യതകൾ. അതെ; ഓരോ പുസ്തകവും ഒരു വലിയ മാന്ത്രികലോകമാണ് നമുക്കുവേണ്ടി ഒരുക്കി ഒളിച്ചുവച്ചിരിക്കുന്നത്. മാന്ത്രിക അറ തുറക്കുന്ന യാളിനേ ഈ അറിവുകൾ ലഭിക്കൂ. ഈ ആശയങ്ങളും സ്വപ്നങ്ങളും ലഭിക്കൂ."

അതുകേട്ട് കുട്ടികൾ ഒരു നിമിഷം ആലോചിച്ചിരു ന്നു. ആലോചിച്ചപ്പോൾ അവർക്കു കാര്യം മനസ്സിലായി.

"അപ്പോൾ ടീച്ചറുടെ മാന്ത്രികപ്പെട്ടികൾ തുറന്നാലെ അറിവു ലഭിക്കൂ; വളരുകയും ചെയ്യൂ; അല്ലേ ടീച്ചർ?" അപർണ കാര്യം ഉറപ്പിക്കാനായി ചോദിച്ചു.

"ശരിയാണു കുട്ടീ. പഠനം പാഠപുസ്തകത്തിൽ ഒതുങ്ങരുത്. ഓരോ വിഷയവുമായി, ഓരോ പാഠവു

മായി ബന്ധപ്പെട്ട മറ്റു പുസ്തകങ്ങൾ വായിക്കണം. അങ്ങനെ പുതിയ ആശയങ്ങളും അറിവുകളും സ്വപ്നങ്ങളും അനുഭവങ്ങളും ആയി പരിചയപ്പെടണം."

"അപ്പോൾ നല്ല അറിവുള്ള ആളായി മാറും; അല്ലേ ടീച്ചർ?"

"അതെ. അറിവുള്ള ആളായി മാറുക മാത്രമല്ല സംഭവിക്കുന്നത്. നല്ല സ്വപ്നങ്ങൾ ഉള്ള ആളുമാകും. പുതിയ ആശയങ്ങളുമായി പരിചയമുള്ള ആളുമാകും. **അങ്ങനെ ആശയങ്ങളുടെ, അറിവിന്റെ, ചങ്ങാതി യായി മാറുന്ന ആൾ സാവധാനം സ്വന്തം ആശയങ്ങൾ സൃഷ്ടിക്കും. സ്വന്തം സ്വപ്നം കാണും. പുതിയ അറി വു സൃഷ്ടിക്കും."** ടീച്ചർ പ്രതീക്ഷയോടെ തന്റെ കാ ന്താരിക്കുട്ടികളുടെ കണ്ണുകളിലേക്കു നോക്കി പറഞ്ഞു. അവർ ടീച്ചറുടെ വാക്കുകൾ കേട്ട് തരിച്ചിരുന്നു. വായി ച്ചും പഠിച്ചും പുതിയ അറിവുകൾ നേടിയും പുതിയ ആശയങ്ങൾ ഉൾക്കൊണ്ടും പുതിയ സ്വപ്നങ്ങളെ താലോലിച്ചും വളർന്ന് വളർന്നു ... അവസാനം തങ്ങൾ പുതിയ അറിവു സൃഷ്ടിക്കുമെന്ന്! ലോകത്തിന് പുതിയ സ്വപ്നങ്ങൾ സമ്മാനിക്കുമെന്ന്! വിശ്വസിക്കാനാകാതെ അവർ ആഹ്ലാദിച്ചിരുന്നു. അപ്പോൾ ടീച്ചർ പറഞ്ഞു:

"അതെ കാന്താരിക്കുട്ടികളെ. അറിവു നേടുക മാത്രമല്ല വിദ്യാഭ്യാസം. നേടിയ അറിവ് ഉപയോഗിച്ചു വളർന്ന് പുതിയ അറിവും സൃഷ്ടിക്കുന്നയാളായി (Knowledge producer) മാറണം. അപ്പോഴാണ് വിദ്യാഭ്യാസം പൂർണ്ണമാകുന്നത്. സഫലമാകുന്നത്."

അപ്പോൾ വിദ്യാഭ്യാസമെന്നാൽ കുറെ പാഠങ്ങൾ പഠിച്ചു പരീക്ഷ എഴുതുകയല്ല. പഠനപ്രവർത്തനങ്ങൾ നടത്തി അനുഭവങ്ങളിലൂടെ പഠിക്കുകയും മാത്രമല്ല.

അറിവിലൂടെ വളർന്ന് പുതിയ അറിവു സൃഷ്ടിക്കാൻ മാത്രം ഉയരണം! വിദ്യാഭ്യാസം സമഗ്രവികസനത്തി നാണ് എന്ന് ടീച്ചർ എപ്പോഴും പറയും. ആ സമഗ്ര വികസനം വഴി അറിവു സൃഷ്ടിക്കാൻ മാത്രം വളർച്ച നേടണമെന്ന് ഇന്നാണ് ടീച്ചർ പറഞ്ഞത്.

"പുതിയ അറിവ് സൃഷ്ടിക്കുന്നവർ, പുതിയ സ്വപ്നം കാണുന്നവർ, പുതിയ വഴികൾ തുറക്കുന്നവർ, മഹത്വത്തിലേക്ക് ഉയരും. അത്തരം മഹാന്മാരായിരിക്കും പുതിയ ലോകം സൃഷ്ടിക്കുന്നവർ. പുതിയ ലോക ത്തിന്റെ സാരഥികളാകുന്നവർ" ടീച്ചർ വിശദീകരിച്ചു.

"അപ്പോൾ ഏതു വിഷയം പഠിക്കുന്ന കുട്ടിയും പുസ്തകം വായിക്കേണ്ടേ ടീച്ചർ?" പാറു ഒരു സംശയം ചോദിച്ചു.

"വേണം. ശാസ്ത്രം പഠിക്കുന്നവർ ഇക്കാര്യം പ്രത്യേകം ശ്രദ്ധിക്കുകയും വേണം, കാരണമുണ്ട്. അനു ദിനം കുതിച്ചു വളർന്നുകൊണ്ടിരിക്കുകയാണ് ശാസ് ത്രം. ആ വളർച്ചയുടെ ഫലമായാണ് ലോകം ഇൻഫർ മേഷൻ വിപ്ലവത്തിലായത്. ലോകം ഇൻഫർമേഷൻ സൂപ്പർഹൈവേയിലൂടെ കുതിച്ചു പായുന്നു എന്നു പറയാം. ഓരോ നിമിഷവും പുതിയ വിവരങ്ങൾ പുറ ത്തു വരുന്നു. പുതിയ അറിവുകൾ ഉണ്ടാകുന്നു. പുതിയ ആശയങ്ങൾ ഉരുത്തിരിയുന്നു. അവയുടെ മലവെള്ളച്ചാ ട്ടത്തിൽ കുതിച്ചു പായുകയാണ് ലോകം. ലോകം അങ്ങനെ വിജ്ഞാനലോകം ആയിരിക്കുന്നു. knowl- edge society ആയിരിക്കുന്നു. അതിനു പിന്നിലെ ശക്തിയാണ് ശാസ്ത്രവും സാങ്കേതികവിദ്യയും. അതിന്റെ അത്യദ്ഭുതകരമായ, അവിശ്വസനീയമായ, അതിവേഗമുള്ള, വളർച്ച അറിയേണ്ടവരാണ് ശാസ്ത്ര

വിദ്യാർഥികൾ. അതിന് വായന തന്നെ വേണം."

ടീച്ചറുടെ പ്രസംഗം കേട്ട് ആവേശംകൊണ്ട് കൊച്ചു മുഹമ്മദ് എഴുന്നേറ്റു നിന്ന് ഒരു മുദ്രാവാക്യം വിളിച്ചു: "വായിച്ചാൽ വളരും; വായിച്ചില്ലെങ്കിൽ തുലയും!"

അതുകേട്ട് പൊട്ടിച്ചിരിച്ചുകൊണ്ട് ടീച്ചർ പറഞ്ഞു: "കൊച്ചുമുഹമ്മദു പറഞ്ഞതാണ് 'ശരിക്കും ശരി'. ഇന്ന ത്തെ ലോകത്ത് കുട്ടികൾ വായിച്ചില്ലെങ്കിൽ തുലയും. അതാണ് വിവരവിസ്ഫോടന ലോകത്തിന്റെ സ്വഭാവം."

"ടീച്ചർ, ഞങ്ങൾ ചിട്ടയായി വായിക്കും. പക്ഷേ വീട്ടിൽ പുസ്തകങ്ങൾ കുറവാണല്ലോ." രാമു ഒരു പ്രശ്നം ഉന്നയിച്ചു.

"വീട്ടിലൊരു ലൈബ്രറി ഉണ്ടായാൽ നന്ന്. എല്ലാവ ർക്കും അതിനു കഴിയണമെന്നില്ല. പകരം വിദ്യാലയത്തി ലൊരു ലൈബ്രറി മതി. പക്ഷേ വിദ്യാലയ ലൈബ്രറി എല്ലാവർക്കും എപ്പോഴും ഉപയോഗിക്കാനാവില്ല. അതി നൊരു പരിഹാരമാണ് എന്റെ ഈ സഞ്ചി." ടീച്ചർ പറഞ്ഞു.

"സഞ്ചിയല്ല ടീച്ചർ; മാന്ത്രികസഞ്ചി." കൊച്ചുമുഹ മ്മദ് അതു പറഞ്ഞ് കണ്ണിറുക്കി.

"ശരിയാണ്. മാന്ത്രികസഞ്ചി. ഇതാണ് നിങ്ങളുടെ ക്ലാസ് ലൈബ്രറി. ഇതിൽ ഇപ്പോൾ അമ്പതോളം പുസ്തകങ്ങൾ ഉണ്ട്. നിങ്ങളുടെ ക്ലാസിൽ പഠിക്കാനുള്ള പാഠഭാഗങ്ങളുമായി ബന്ധപ്പെട്ടവയാണ് പലതും. ചിലത് പൊതുവായ വിഷയങ്ങൾ കൈകാര്യം ചെയ്യുന്നവ. ചിലത് നല്ല കഥാപുസ്തകങ്ങൾ. ഈ പുസ്തകങ്ങൾ ക്ലാസിൽ ഒരു മൂലയ്ക്ക് നിരത്തിവച്ചേക്കും. ആർക്കു വേണമെങ്കിലും എപ്പോഴും എടുക്കാം. വായിക്കാം. വൈകിട്ട് ക്ലാസ് ലീഡർ പുസ്തകങ്ങൾ സഞ്ചിയിലാക്കി എന്റെ മുറിയിൽ വയ്ക്കണം. രാവിലെ വീണ്ടും എടുത്തു

ക്ലാസിൽ കൊണ്ടുവന്നോളണം." ടീച്ചർ വിശദീകരിച്ചു.

"അക്കാര്യമൊക്കെ ഞാൻ ഏറ്റു ടീച്ചർ" ക്ലാസ് ലീഡറായ കൊച്ചുമുഹമ്മദ് പറഞ്ഞു.

"ഈ പുസ്തകങ്ങൾ നിങ്ങളുടെ രക്ഷിതാക്കളും മറ്റു നാട്ടുകാരും സംഭാവന ചെയ്തതാണ്. കൂടുതൽ പുസ്തകങ്ങൾ പുറകെ കിട്ടും. ഇന്നു മുതൽ വായന തുടങ്ങിയാൽ മതി. എന്താ?" ടീച്ചർ കുട്ടികളുടെ മനസ്സ റിയാൻ അവരെ നോക്കി.

"ഞങ്ങൾ ഈ പുസ്തകങ്ങൾ ഒന്നുരണ്ടു മാസ ങ്ങൾക്കകം വായിച്ചുതീർക്കും ടീച്ചർ. പുസ്തകക്കു റിപ്പുകളും എഴുതി വയ്ക്കും." പാറു പറഞ്ഞു.

"നന്നായി. കുറിപ്പുകൾ ഒരു നോട്ട്ബുക്കിൽ എഴുതി യാൽ മതി. **എന്റെ പുസ്തകഡയറി** എന്ന് അതിനു പേരുമിടാം. പക്ഷേ 'വായന' അവിടെ അവസാനിക്ക രുത്. വായിച്ച കാര്യങ്ങൾ ചർച്ച ചെയ്യണം. പരീക്ഷണ ങ്ങൾ നടത്തേണ്ടതുണ്ടെങ്കിൽ നടത്തണം. പഠനപ്രവർ ത്തനങ്ങൾ നടത്തേണ്ടതുണ്ടെങ്കിൽ നടത്തണം. വായി ച്ചറിഞ്ഞ കാര്യങ്ങളുമായി ബന്ധപ്പെട്ടു പ്രൊജക്ടുകൾ ചെയ്യാം. സെമിനാറുകൾ നടത്താം. പഠനയാത്രകൾ നട ത്താം. പുസ്തകങ്ങളെ അടിസ്ഥാനമാക്കി ക്വിസ് നടത്താം. നാടകം അവതരിപ്പിക്കാം. കഥാപ്രസംഗം അവതരിപ്പിക്കാം... ഇങ്ങനെ പുസ്തകക്കളികൾ* സാധു വായവയെല്ലാം കണ്ടെത്തി കളിക്കണം. അപ്പോൾ വായന കൂടുതൽ പ്രയോജനകരമാകും."

ക്ലാസ് ലൈബ്രറി എങ്ങനെ നന്നായി ഉപയോഗിക്ക ണമെന്ന് ടീച്ചർ വിവരിച്ചു. അതിന്റെ അടിസ്ഥാനത്തിൽ അന്നുതന്നെ കുട്ടികൾ അതിനുള്ള പ്ലാനിങ്ങും നടത്തി.

---

* കൂടുതൽ വിവരങ്ങൾക്ക് പ്രൊഫ എസ് ശിവദാസിന്റെ "പുസ്തകക്കളികൾ" കാണുക.

4

ശാസ്ത്രപഠനം കൂട്ടവായനയിലൂടെ

ഒരാഴ്ച കഴിഞ്ഞു. ഒരു ദിവസം ടീച്ചർ ക്ലാസിൽ കയറിയ ഉടനെ ചോദിച്ചു: "കൊച്ചു മുഹമ്മദേ, നമ്മുടെ മാന്ത്രികസഞ്ചി എവിടെ?"

"അതെടുത്തുകൊണ്ടുവരാൻ ഡെപ്യൂട്ടി ലീഡറെ ഓഫീസിലേയ്ക്കു വിട്ടിരിക്കുകയാണ്." ലീഡർ ചിരിച്ചുകൊണ്ട് അറിയിച്ചു.

"ഓ താങ്കളിപ്പോൾ ചുമടൊക്കെ അസിസ്റ്റന്റിനെ ഏൽപ്പിച്ചിരിക്കുകയാണോ?" ടീച്ചറും ചിരിച്ചു. അപ്പോ ഴേക്ക് ഡെപ്യൂട്ടി ലീഡർ പുസ്തകസഞ്ചി കൊണ്ടുവന്ന് ടീച്ചറുടെ മേശപ്പുറത്തു വച്ചു.

"താങ്ക് യൂ മിസ്റ്റർ ഡെപ്യൂട്ടി ലീഡർ." ടീച്ചർ അവന് നന്ദി പറഞ്ഞു. എന്നിട്ട് ടീച്ചർ സഞ്ചിയിലേക്കു കൈ യിട്ടു. അതുകണ്ട് അപർണ ചോദിച്ചു:

"ടീച്ചർ ഏതു മാന്ത്രികപ്പെട്ടിയാണ് പുറത്തെടു ക്കാൻ പോകുന്നത്?"

ടീച്ചർ സഞ്ചിയിൽ നിന്നും ഒരു പുസ്തകം പുറത്തെ ടുത്ത് ഉയർത്തിക്കാണിച്ചു.

"വായിച്ചാലും വായിച്ചാലും തീരാത്ത പുസ്തകം"

എല്ലാ കാന്താരിക്കുട്ടികളും പുസ്തകത്തിന്റെ പേരു വായിച്ചു. ഉടൻതന്നെ കൊച്ചുമുഹമ്മദ് സംശയവും ഉന്നയിച്ചു.

"ഇതൊരു ചെറിയ പുസ്തകമല്ലേ ടീച്ചർ? ഞാൻ ഇത് ഒരു ദിവസംകൊണ്ടു വായിച്ചു തീർക്കാം. പിന്നെ ഇതെങ്ങനെ വായിച്ചാലും വായിച്ചാലും തീരാത്ത പുസ്തകമാകും?"

"മിടുക്കൻ. ഇങ്ങനെ വേണം സംശയങ്ങൾ ചോദിക്കാൻ. ഇതൊരു ചെറിയ പുസ്തകമാണ്. പക്ഷേ വലിയ, എത്രനാൾ വായിച്ചാലും തീരാത്ത, അദ്ഭുതക രമായ അനേകം രഹസ്യങ്ങൾ നിറഞ്ഞ പ്രകൃതി എന്ന വലിയ പുസ്തകത്തെപ്പറ്റിയുള്ള ചെറിയ പുസ്തക മാണ്."

"ഓ അപ്പോൾ പ്രകൃതിയാണ് വായിച്ചാലും വായിച്ചാലും തീരാത്ത പുസ്തകം; അല്ലേ?"

"അതേപ്പറ്റി വിവരിക്കുന്ന രസകരമായ ഒരു പുസ്തകമാണിത്. ഇത് നിങ്ങൾ വിശദമായി വായിക്ക ണം. ഞാൻ ഇപ്പോൾ ഇതിന്റെ ഒരു ചെറിയ ഭാഗം വായിച്ചു കേൾപ്പിക്കാം."

ടീച്ചർ പുസ്തകം വിടർത്തിപ്പിടിച്ചു. അതിലൊരു ഭാഗം മനോഹരമായി വായിച്ചു കേൾപ്പിച്ചു. ശബ്ദം ക്രമീകരിച്ച്. ഭാവം ഉൾക്കൊണ്ട്, സ്വാഭാവികമായിട്ടുള്ള ആ വായനതന്നെ കുട്ടികൾക്ക് ആവേശകരമായ ഒരു അനുഭവമായിരുന്നു. പുസ്തകം വായിച്ച് അവതരിപ്പി ക്കുകയെന്നത് ഒരു കലയാണ് എന്ന് അവർ അന്നാണ് ആദ്യമായി മനസ്സിലാക്കിയത്.

ഇതാ ടീച്ചർ ടീച്ചറുടെ കാന്താരിക്കുട്ടികളെ വായിച്ചു കേൾപ്പിച്ച ഭാഗം. നിങ്ങളും ടീച്ചർ വായിച്ചതുപോലെ ആ ഭാഗം ഉച്ചത്തിൽ വായിച്ചുനോക്കൂ.

"അപ്പുക്കുട്ടാ, നീ സുന്ദരിയായ ഒരു കറവപ്പശു വിനെ സങ്കൽപ്പിക്കൂ. കറുത്ത് മിനുമിനുത്ത രോമങ്ങളും കൊഴുത്ത ദേഹവും നീണ്ട കണ്ണും നിലത്തു കിടന്നിഴ യുന്ന വാലുമുള്ള ഒരു സുന്ദരിപ്പശു."

"പുരാണത്തിലെ കാമധേനുവിനെപ്പോലെ; അല്ലേ മാസ്റ്റർ?" ദീപു ചോദിച്ചു.

"അതുതന്നെ. അകിട്ടിൽ നിറയെ പാലുമായി നിൽ
ക്കുന്ന ആ സുന്ദരിയെ കണ്ടാൽ ഒരു അറവുകാരന്റെ
മനസ്സിൽ എന്താ തോന്നുക?" മാസ്റ്റർ ചോദിച്ചു.

"ഹഹഹഹ!" തോമസ് ചിരിച്ചുകുഴഞ്ഞു.

"എന്താ തോമസ് ചിരിച്ചു മറിയുന്നത്. ഉത്തരം
പറയൂ." മാസ്റ്റർ നിർബന്ധിച്ചു.

"മാസ്റ്ററുടെ ഉപമ ഒന്നാംതരം തന്നെ. അറവുകാരൻ
കാമധേനുവിനെക്കണ്ടാൽ അയാളുടെ കൈ തരുതരു
ക്കും. അറിയാതെ കൈ കത്തിക്കടുത്തേക്കു പോകും."
തോമസ് ചിരിക്കിടയിൽ പറഞ്ഞു.

"ശരിയാ ശരിയാ. കാമധേനുവിന്റെ കഴുത്തുമുറിച്ചു
കളഞ്ഞ് ഉടൽ ഒരു കമ്പിയിൽ കെട്ടിത്തൂക്കി, തൊലിയു
രിച്ചിട്ട് ഇറച്ചി വെട്ടിയാൽ എത്ര കിലോ വരും എന്ന്
അയാൾ കണക്കാക്കും." അപ്പുക്കുട്ടൻ ബാക്കി പറഞ്ഞു.

"ഇറച്ചി വിറ്റാൽ എത്ര രൂപ കിട്ടും എന്നോർത്ത്

അയാളുടെ വായിൽ വെള്ളമൂറും." കൊച്ചുമുഹമ്മദും കൂടെക്കൂടി.

. . . .

"എന്തൊരു ഹീനമായ മനോഭാവം!" കൊച്ചുറാ ണിക്ക് ദേഷ്യം വന്നു.

"പക്ഷേ അതാണു കൊച്ചുറാണി, ലാഭക്കൊതിയൻ മാരായ ഇന്നത്തെ മുതലാളിമാരുടെയും മനോഭാവം. എന്തും നശിപ്പിച്ച്, ആരെയും കുരുതികൊടുത്ത് ലാഭമു ണ്ടാക്കലേ അവർക്കു ലക്ഷ്യമുള്ളൂ. അതാണല്ലോ ബോം ബും വിഷവും എല്ലാമുണ്ടാക്കി വിറ്റ് അവർ പണമുണ്ടാ ക്കുന്നത്! യഥാർഥ പ്രകൃതിസ്നേഹികൾക്ക് ഈ ലാഭക്കൊ തിയന്മാരുടെ കൂടെ ചേരാനാവുകയില്ല. ഇത്തരം ഭ്രാന്തി നെതിരെ നീങ്ങാതിരിക്കാനും പറ്റില്ല." മാസ്റ്റർ പറഞ്ഞു.

"ഞാനാണെങ്കിൽ ഇളംപുല്ലു ചെത്തിക്കൊണ്ടുവന്ന് കാമധേനുവിനു കൊടുക്കും. നല്ല കഞ്ഞിവെള്ളം അവളെ കുടിപ്പിക്കും. അവളെ കുളിപ്പിച്ചു നിർത്തും. ഓമനിച്ചു വളർത്തും. അവളുടെ അകിട്ടിലൂറുന്ന പാൽ മാത്രം കറന്നു കുടിക്കും. "കൊച്ചുറാണി വിശദമായി പറഞ്ഞു.

"മിടുക്കി. അതാണ് പ്രകൃതിയോടു വേണ്ട ശരി യായ സമീപനം."

. . . .

"ചുരുക്കത്തിൽ പ്രകൃതിയെ അറുക്കരുത്, കറക്ക ണം. അല്ലേ മാസ്റ്റർ?" അപ്പുക്കുട്ടൻ എടുത്തു ചോദിച്ചു.

"അതെ. അറുത്താൽ പ്രകൃതി നശിക്കും. അതിന്റെ ഒരു ഭാഗമായ മനുഷ്യനും നശിക്കും. കറന്നാലോ പ്രകൃതി പിന്നെയും പിന്നെയും വിഭവങ്ങൾ ചുരത്തി

ത്തരും. അങ്ങനെ പ്രകൃതി നിലനിൽക്കും. മനുഷ്യനും നിലനിൽക്കും.”

“പ്രകൃതിയെ അറുക്കരുത്, കറക്കാം. ഹായ്! എത്ര മനോഹരമായ ആശയം!” അപ്പൂക്കുട്ടൻ ആ ആശയ ത്തിന്റെ മനോഹാരിതയിൽ ലയിച്ചുനിന്നു തലയാട്ടി.

“മനോഹരം മാത്രമല്ല അപ്പൂക്കുട്ടാ. ഏറ്റവും മഹ ത്തായ ആശയം കൂടിയാണത്. പ്രകൃതിയെപ്പറ്റിയുള്ള ഏറ്റവും പുതിയ ആശയം. ഈ ഭൂമിയെപ്പറ്റി ചിന്തിക്കുന്ന എല്ലാ മനുഷ്യരും ഉയർത്തിപ്പിടിക്കുന്ന ആശയം.”

“ഞങ്ങൾ ആ മഹത്തായ ആശയം പൂർണമായും ഉൾക്കൊള്ളുന്നു മാസ്റ്റർ!”

“അപ്പോൾ നാം നമ്മുടെ സുഖകരമായ ജീവിതത്തി നു വേണ്ടി ഈ ലോകത്തു നടത്തുന്ന എല്ലാ വികസന പ്രവർത്തനങ്ങളും പ്രകൃതിയെ കറന്നെടുക്കുന്ന പ്രവർ ത്തനങ്ങൾ മാത്രമായിരിക്കണം. പ്രകൃതിയെ അറുത്തു കൊല്ലുന്നവയായിരിക്കരുത്. ഇത്തരം വികസനത്തിനാണ് സുസ്ഥിരമായ വികസനം (sustainable development) എന്നു പറയുന്നത്.”

“സുസ്ഥിരവികസനം. സസ്റ്റെനബിൾ ഡെവല പ്പ്മെന്റ്.” റീനി അത് പലപ്രാവശ്യം ആവർത്തിച്ചുപറ ഞ്ഞ് ഉറപ്പിച്ചു.

“ലോകത്ത് ഇന്നു നടന്നുകൊണ്ടിരിക്കുന്ന വിക സന പ്രവർത്തനങ്ങൾ ഭൂരിഭാഗവും സുസ്ഥിരമല്ല. അതു മൂലം ഭൂമി നശിച്ചേക്കും... ഭാവിയിൽ ഭൂമിയിൽ ജീവജാ ലങ്ങൾക്ക് നിലനിൽക്കാൻ പറ്റാത്ത അവസ്ഥയുണ്ടാ കുമോ? ഹേ! എങ്കിൽ അതൊരു വലിയ ദുരന്തം തന്നെ യാകും. ജീവന്റെ സംഗീതമില്ലാത്ത, മരിച്ച ഭൂമി ...” മാസ്റ്റ ർക്ക് അതു പറഞ്ഞപ്പോൾ തൊണ്ട ഇടറി.

ടീച്ചർ വായന നിർത്തി. എല്ലാവരേയും നോക്കി പുഞ്ചിരിച്ചു നിന്നു. എന്നാൽ ടീച്ചറുടെ കുട്ടികൾ ഒന്നും മിണ്ടാൻ പോലും കഴിയാതെ ഇരുന്നുപോയി. ഒരു വലിയ മഴ പെയ്തു തീർന്നതുപോലെ, ഒരു പാട്ട് പാടിത്തീർന്നതുപോലെ, ഒരു വലിയ കഥാപ്രസംഗം കേട്ടതുപോലെ, അങ്ങനെ എന്തൊക്കെയോ അനുഭൂതി കളിലലിഞ്ഞ് അവർ അൽപനേരം ഇരുന്നുപോയി. പിന്നെ കൊച്ചുമുഹമ്മദ് പതുക്കെ പറഞ്ഞു:

"ഒരു വലിയ മഴ പെയ്തു തീർന്നതുപോലെയുണ്ട് ടീച്ചർ."

അപ്പോൾ ദീപു പറഞ്ഞു. "ശരിയാണു ടീച്ചർ. പക്ഷേ മഴ പുറത്തു പെയ്തതുപോലെയല്ല. ഞങ്ങളുടെ മനസ്സിലൊരു മഴ പെയ്തതുപോലെ! അതിന്റെ കുളിരിൽ ഞങ്ങൾ കുതിർന്ന് മാറിയതുപോലെ. ഉള്ളിലെന്തൊ ക്കെയോ കയറിയിരുന്ന് ഞങ്ങളെ മാറ്റിയതുപോലെ..."

കൂടുതൽ എന്തുപറയണമെന്നറിയാതെ അവൻ മിണ്ടാതിരുന്നു.

അപ്പോൾ പാറു പറഞ്ഞു:

"ഇത്രയും നാൾ ഞങ്ങൾക്ക് പ്രകൃതിയെന്നാൽ പരീക്ഷയ്ക്കു വേണ്ടി പഠിക്കാനുള്ള ഒരു വെറും വിഷയമായിരുന്നു. ഇന്നു മുതൽ അങ്ങനെയല്ല. അത് വലിയ എന്തൊക്കെയോ ആണ്. അത് അദ്ഭുതങ്ങൾ നിറഞ്ഞതാണ്. ഞങ്ങൾ അതിന്റെ ഭാഗമാണ്. ഞങ്ങൾ ക്ക് പ്രകൃതിയോട് വലിയ സ്നേഹം തോന്നുന്നു."

ടീച്ചർ അപ്പോൾ സന്തോഷത്തോടെ പറഞ്ഞു: "എനിക്ക് തൃപ്തിയായി. 'പ്രകൃതി' പാഠപുസ്തകത്തി ലെ വെറുമൊരു പാഠമല്ല എന്ന് നിങ്ങൾ മനസ്സിലാക്കി. നിങ്ങളിൽ പ്രകൃതിസ്നേഹം നിറഞ്ഞിരിക്കുന്നു. എന്റെ

പുസ്തകവായനാ പരീക്ഷണം സഫലമായി." ടീച്ചറുടെ മുഖത്ത് മനോഹരമായ ഒരു ചിരി നിറഞ്ഞു. പൂത്തു നിൽക്കുന്ന പൂമുല്ല പോലുണ്ടായിരുന്നു അപ്പോൾ ടീച്ചർ.

അത്രയും നേരം മിണ്ടാതിരുന്ന അപർണ അപ്പോൾ ആലോചനയോടെ പറഞ്ഞു: **"ഞാൻ ഇത്രയും നാൾ കരുതിയിരുന്നത് ശാസ്ത്രം പഠിക്കുന്നത് അതിൽ മിടുക്കുനേടി നല്ല ജോലി കിട്ടാൻ മാത്രമാണെന്നാ യിരുന്നു. ഇപ്പോഴാണ് ശാസ്ത്രപഠനംകൊണ്ട് നല്ല മനുഷ്യരാകാനും കഴിയും എന്ന് മനസ്സിലായത്."**

"എന്താ അപർണക്കുട്ടി അങ്ങനെ പറയാൻ കാരണം?" ടീച്ചർ ചോദിച്ചു.

"പ്രകൃതി നശിച്ചാൽ നമ്മളും നശിക്കും. പ്രകൃതി ഒരു കാമധേനുവിനെപ്പോലാണ്. പ്രകൃതിയെ കറക്കാം, അറുക്കരുത്. ഇത്രയും മനസ്സിലാക്കുന്ന ഒരാൾ മാറും. പ്രകൃതിയെ സ്നേഹിക്കും. മനുഷ്യനെയും സ്നേഹി ക്കും. അയാളുടെ സംസ്കാരം കറക്കൽ സംസ്കാര മാകും. അയാൾക്ക് പിന്നെ ചൂഷകനാകാൻ പറ്റുകയില്ല ... അപ്പോൾ ശരിയായി ശാസ്ത്രം പഠിച്ചാൽ ശരിയായ സാമൂഹ്യബോധമുണ്ടാകും. ധർമ്മബോധമുണ്ടാകും. മനുഷ്യനെ മഹത്ത്വത്തിലേക്ക് ഉയർത്താൻ അത്തരം പഠനത്തിനു കഴിയും ടീച്ചർ." അപർണ വിശദീകരിച്ചു. മറ്റുള്ളവർ അത് കൈയടിച്ച് അംഗീകരിച്ചു.

അപ്പോൾ അപ്പുക്കുട്ടൻ മറ്റൊരു കാര്യം പറഞ്ഞു: "ടീച്ചർ, 'പട്ടിണിയായ മനുഷ്യാ നീ പുസ്തകം കൈയി ലെടുത്തോളൂ...' എന്നു തുടങ്ങുന്ന കവിത ഞങ്ങൾ കേട്ടിട്ടുണ്ട്. എന്നാൽ പുസ്തകത്തിന് ഇത്ര ശക്തിയുണ്ട് എന്ന് ഇപ്പോഴാണ് മനസ്സിലാകുന്നത്. പുസ്തകം ഒരു സദസ്സിനു മുൻപിൽ ആകർഷകമായി വായിച്ച് അവത

രിപ്പിക്കുന്നത് ഒരു കലയാണ് എന്ന് ടീച്ചർ കാണിച്ചു തന്നു. വായന ഒരു സാധന തന്നെ.”

“മനോഹരവും ശക്തവുമായ കലാപരിപാടി” കൊച്ചുമുഹമ്മദ് അപ്പുക്കുട്ടനെ പിന്താങ്ങി.

അപ്പോൾ ടീച്ചർ പറഞ്ഞു: “ഇതിനാണ് കമ്യൂണിറ്റി റീഡിങ്ങ് എന്നു പറയുന്നത്. കൂട്ടവായന, സംഘവായന എന്നൊക്കെ പറയാം. വായിച്ച് അവതരിപ്പിക്കുന്ന ആൾക്ക് അതിനു പരിശീലനം വേണം. ഇന്ന് ഞാൻ അവതരിപ്പിച്ചു. ഇനി നിങ്ങളും വായിച്ച് അവതരിപ്പിച്ച് ഈ വായനയെന്ന കല വശമാക്കണം. അതുപയോഗിച്ച് ശാസ്ത്രം മാത്രമല്ല ഏതു വിഷയവും ഏറ്റവും നന്നായി ആവേശകരമായി പഠിക്കുകയും ചെയ്യാം.”

“ഞങ്ങൾ ക്ലാസ് ലൈബ്രറിയിലെ മുഴുവൻ പുസ്ത കങ്ങളും ഇങ്ങനെ വായിച്ച് ക്ലാസിൽ അവതരിപ്പിക്കു ന്നുണ്ട് ടീച്ചർ.” കൊച്ചുമുഹമ്മദ് തന്റെ പ്ലാൻ പറഞ്ഞു.

“നന്നായി. ഇന്നത്തെ ക്ലാസിന്റെ സമയം തീർന്നു. ഞാൻ വായിച്ചാലും വായിച്ചാലും തീരാത്ത പുസ്തകം ദാ ഇവിടെത്തന്നെ തന്നിട്ടു പോകുന്നു. അത് ഈ ചൂടോടെ എല്ലാവരും വായിക്കണേ.”

ടീച്ചർ പുസ്തകം മേശപ്പുറത്തു വച്ചിട്ടു പോയി.

5

ഡിബേറ്റിലൂടെ പഠിക്കാം

കൊച്ചുമുഹമ്മദിന് ഈയിടെ വലിയ ഗമയാണ്. ക്ലാസ് ലീഡറായിരിക്കുകയല്ലേ. ശാസ്ത്ര പാർലമെ ന്റിന്റെ പ്രധാനമന്ത്രിസ്ഥാനവുമുണ്ട്. ലീഡർക്ക് പല ചുമതലകളുമുണ്ട്. അതൊക്കെ ഭംഗിയായി കൊച്ചു മുഹ മ്മദ് ചെയ്യുന്നുമുണ്ടായിരുന്നു. കൊച്ചുമുഹമ്മദ് ഒരു മണ്ട നാണ് എന്നൊരു ധാരണ പണ്ടുണ്ടായിരുന്നു. പഠന ത്തിൽ അൽപ്പം പുറകോട്ടായിരുന്നു എന്നു കരുതി ഒരാ ൾ മണ്ടനാകുമോ? ഇല്ല. ലീഡറിന്റെ ഉത്തരവാദിത്വങ്ങൾ ലഭിച്ചപ്പോൾ കൊച്ചുമുഹമ്മദ് മാറി. എല്ലാം നന്നായി ചെയ്യാൻ തുടങ്ങി. അതോടെ ശ്രദ്ധ കൂടി. അതോടെ കൊച്ചുമുഹമ്മദിന്റെ പഠന നിലവാരവും മെച്ചപ്പെട്ടു. മറ്റു കുട്ടികൾക്ക് കൊച്ചുമുഹമ്മദിനോട് ബഹുമാനവുമായി.

ലീഡറായി തെരഞ്ഞെടുത്തതിന്റെ പിറ്റേന്നു തന്നെ കൊച്ചുമുഹമ്മദ് നല്ല ഒരു ചൂരൽ വടി വാങ്ങി. ആരു കണ്ടാലും ഒന്നു ഞെട്ടും. അടി വാങ്ങാതെ തന്നെ വേദന തോന്നിക്കും. അത്ര നല്ല വടി. പുതിയ ലീഡർ പുതിയ വടി വാങ്ങി ക്ലാസിൽ കൊണ്ടുചെല്ലും. അതായിരുന്നു

അവരുടെ ക്ലാസിലെ പതിവ്. അതനുസരിച്ചായിരുന്നു കൊച്ചുമുഹമ്മദും വടി വാങ്ങിയത്. വടി അടുത്ത ദിവസം തന്നെ കൊച്ചുമുഹമ്മദ് ക്ലാസിൽ കൊണ്ടു ചെന്നു. മേശപ്പുറത്തു വച്ചു.

ടീച്ചർ ക്ലാസിൽ കയറി. വടി കണ്ട് അദ്ഭുതപ്പെട്ടു കൊച്ചുമുഹമ്മദിന്റെ നേരെ നോക്കി. കൊച്ചുമുഹമ്മദ് ചിരിച്ചുകൊണ്ട്, അൽപ്പം ഗമയിൽ പറഞ്ഞു: "ടീച്ചർ പുതിയ ആളാണ്. അതുകൊണ്ടാ ഈ സംശയം. ഇവിടത്തെ പതിവ് ഇതാണ്. പുതിയ ലീഡർ പുതിയ വടി വാങ്ങി ക്ലാസിൽ വയ്ക്കും. ബില്ല് ഓഫീസിൽ

കൊടുത്തു കാശും വാങ്ങും."

ടീച്ചർ ലീഡറുടെ പ്രസ്താവന കേട്ട് പൊട്ടിച്ചിരി ച്ചുപോയി. "നല്ല കീഴ്‌വഴക്കമാണണല്ലോ. ഏതായാലും പുതിയ വടി കിട്ടി. ഇനി നല്ല തല്ല് തുടങ്ങാമല്ലോ."

കുട്ടികൾ അതുകേട്ട് ചിരിച്ചു. കൊച്ചുറാണി എഴുന്നേറ്റു പറഞ്ഞു: "ടീച്ചർ നല്ല ടീച്ചറാ. അതിനാൽ തല്ലുമെന്നു തോന്നുന്നില്ല."

"അപ്പോൾ ചീത്ത ടീച്ചർമാർ തല്ലും എന്ന്; അല്ലേ?" ടീച്ചർ സംശയം ചോദിച്ചു.

"എന്നല്ല ടീച്ചർ. ചില ടീച്ചർമാർ നല്ല തല്ലു തരും. പഠിക്കാത്തപ്പോൾ തല്ലേണ്ടേ? പിന്നെ തെറ്റു കാണി ച്ചാലും തല്ലണമല്ലോ." കൊച്ചുറാണി മറുപടി പറഞ്ഞു.

"ഓഹോ. അങ്ങനെയാണോ? അപ്പോൾ തല്ലും ആവശ്യമാണ് എന്നാണോ നിങ്ങളുടെ അഭിപ്രായം?" ടീച്ചർ വീണ്ടും സംശയം ചോദിച്ചു.

"ഓ ടീച്ചർ യുക്തിവാദം തുടങ്ങി. തല്ലിനും വേണോ ടീച്ചർ യുക്തിവാദം? ശാസ്ത്രീയമായ ചിന്ത?" കൊച്ചു റാണി ടീച്ചറോടായി ചോദ്യം.

ടീച്ചർക്ക് ആ ചോദ്യം 'ക്ഷ' പിടിച്ചു. ടീച്ചർ പുഞ്ചിരി യോടെ ചോദിച്ചു: "ഞാൻ എന്താ എന്റെ ക്ലാസുകളിൽ പറഞ്ഞത്? ശാസ്ത്രത്തിനൊരു രീതിയുണ്ട്. മുൻ വിധിയോടെ എന്തിനെപ്പറ്റിയും തീരുമാനമെടുക്ക രുത്. ആരെങ്കിലും പറഞ്ഞു എന്നു കരുതി ഒരു കാര്യം അംഗീകരിക്കുകയുമരുത്. ശാസ്ത്രത്തിന്റെ രീതി യിൽ പ്രശ്‌നത്തെ സമീപിക്കണം. പഠിക്കണം. പ്രശ്‌ന ത്തിന്റെ എല്ലാവശവും പരിഗണിക്കണം.

വ്യത്യസ്തമായ വാദങ്ങൾ വിലയിരുത്തണം. വിവര ങ്ങൾ വിലയിരുത്തണം. തെളിവുകൾ പരിശോധിക്കണം.

എന്നിട്ട് മുൻവിധിയില്ലാതെ, തെളിവുകളുടെയും വിവരങ്ങളുടെയും യുക്തിയുടെയും അടിസ്ഥാന ത്തിൽ നിഗമനങ്ങളിലെത്തണം. മനസ്സിലായോ?"

കൊച്ചുമുഹമ്മദ് തലയാട്ടിക്കൊണ്ടു പറഞ്ഞു.

"മനസ്സിലായേ മനസ്സിലായേ. പക്ഷേ അടിയുടെയും വടിയുടെയും കാര്യത്തിലെവിടെയാ ടീച്ചർ ശാസ്ത്രം? അടി പണ്ടേ ലോകത്തെല്ലാമുണ്ട്. കുട്ടികളെ തല്ലാത്ത വരുണ്ടോ? അതിനെപ്പറ്റി ഒരു തർക്കമെങ്ങനെ ഉന്ന യിക്കാനാകും?"

ടീച്ചർക്ക് ലീഡറുടെ ഇടപെടൽ ഇഷ്ടമായി. ടീച്ചർ പറഞ്ഞു. നമ്മുടെ 'പ്രധാനമന്ത്രി' പറഞ്ഞത് കേട്ടു. അടി യുടെയും വടിയുടെയും കാര്യത്തിൽ ശാസ്ത്രമുണ്ടോ എന്ന ചോദ്യം നന്ന്. ഏതു കാര്യത്തെയും ശാസ്ത്ര ത്തിന്റെ കണ്ണിലൂടെ വിലയിരുത്താം. ശാസ്ത്രീയമായ തീരുമാനങ്ങളിലുമെത്താം."

"അതു തെറ്റുകയില്ല എന്നുണ്ടോ ടീച്ചർ?" പാറു ഒരു സംശയം ചോദിച്ചു.

"ചിലപ്പോൾ തെറ്റാം. ചിലപ്പോൾ തെളിവുകൾ വേണ്ടത്രയില്ലാത്തതുകൊണ്ട് തെറ്റായ നിഗമനങ്ങ ളിലെത്തി എന്നു വരാം. ചിലപ്പോൾ യുക്തിചിന്ത വേണ്ടത്ര ശരിയാകാതിരിക്കാം. പക്ഷേ പിന്നീടും ചിന്തി ക്കാം. പുതിയ തെളിവുകൾ കണ്ടെത്താം. പുതിയ വാദ ങ്ങൾ കണക്കിലെടുക്കാം. പുതിയ ചിന്തകളും ആശയ ങ്ങളും സ്വീകരിക്കാം. അങ്ങനെ തെറ്റുകൾ തിരുത്താം. തിരുത്തി കൂടുതൽ ശരിയിലേക്കു മുന്നേറാം. അതാണ് ശാസ്ത്രത്തിന്റെ രീതി." ടീച്ചർ വിശദീകരിച്ചു.

"അപ്പോൾ സാമൂഹ്യപ്രശ്നങ്ങളേയും ശാസ്ത്രീയ മായി വിലയിരുത്താമല്ലോ?" അപർണ സംശയം ചോദിച്ചു.

"വിലയിരുത്തുക തന്നെ വേണം. അങ്ങനെ പുതിയ നിഗമനങ്ങളിലെത്തിയല്ലേ സമൂഹത്തിന്റെ വളർച്ച ഉറപ്പാക്കുന്നത്. അങ്ങനെയല്ലേ അനാചാരങ്ങളെയും അസമത്വങ്ങളെയും എതിർത്തു തോൽപ്പിക്കുന്നത്. സമൂഹത്തിന്റെ വളർച്ച ഉറപ്പാക്കുന്നതും." ടീച്ചർ മറുപടി പറഞ്ഞു.

"എന്റെ വടി ഇത്ര പ്രശ്നമുണ്ടാക്കുമെന്ന് കരുതിയില്ല." കൊച്ചുമുഹമ്മദ് അൽപ്പം വിഷമത്തോടെ പതുക്കെ പറഞ്ഞു.

ടീച്ചർ അതുകേട്ട് പൊട്ടിച്ചിരിച്ചു. കൊച്ചുമുഹമ്മദിന്റെ തോളിൽ തട്ടി അവനെ ആശ്വസിപ്പിച്ചുകൊണ്ടു പറഞ്ഞു:

"മറിച്ചാണു ലീഡറേ സംഭവിച്ചിരിക്കുന്നത്. ലീഡറുടെ വടി നമുക്കൊരു വിഷയം സമ്മാനിച്ചിരിക്കുന്നു. ഡിബേറ്റ് ചെയ്യാനൊരു വിഷയം. എന്താണത് എന്ന് ആരെങ്കിലും പറയൂ."

"ക്ലാസിൽ അടി വേണോ? വടി വേണോ?"

ദീപു ഉടൻ ഉത്തരം പറഞ്ഞു.

"അതെ. നമ്മുടെ സയൻസ് പാർലമെന്റിൽ വരുന്ന ആഴ്ച ഇതേ ദിവസം ഇതേ സമയം ഈ വിഷയത്തിലൊരു ഡിബേറ്റ് നടക്കും. എല്ലാവരും വിഷയം നന്നായി പഠിച്ചു വരണം. **പാർലമെന്റ് എന്നു പറയുന്നത് വെറും ചന്തയായി കാണരുത്. കാര്യങ്ങൾ പഠിക്കാതെ, ഗൃഹപാഠം ചെയ്യാതെ, വെറുതെ വാചകക്കസർത്തു നടത്തുന്നവർ നല്ല എം പി മാരായി ശോഭിക്കുകയില്ല. മറിച്ച് പഠിച്ച് ശാസ്ത്രീയമായി വിഷയം അവതരിപ്പിക്കണം. അപ്പോൾ മാത്രമേ ആശയങ്ങൾ ആശയങ്ങളുമായി സംഘട്ടനം നടത്തൂ. അപ്പോൾ മാത്രമേ പുതിയ കണ്ടെത്തലുകളുണ്ടാകുന്ന തീപ്പൊരികൾ ഉണ്ടാകൂ.**

അപ്പോൾ മാത്രമേ പുതിയ അറിവിന്റെ, ആശയ ത്തിന്റെ പ്രകാശമുണ്ടാകൂ."

"ഹൊ! ടീച്ചറൊരു കവിയായയല്ലോ!" കൊച്ചുമുഹമ്മദ് ഒരു കമന്റടിച്ചു.

"എങ്ങനെയാണു ടീച്ചർ പഠിച്ചു തയ്യാറാകേണ്ടത്?" അപ്പുവിന് ഒരു സംശയം.

"വിവരങ്ങൾ ശേഖരിച്ച് വിലയിരുത്തിയാണ് പഠി ക്കേണ്ടത്. ചില വിഷയങ്ങൾക്ക് റഫറൻസ് ഗ്രന്ഥങ്ങൾ ലഭിക്കും. ചിലതിന് പലതരം ആളുകളുടെ അനുഭവങ്ങൾ ശേഖരിച്ചു പഠിക്കേണ്ടി വരും. അടിയെപ്പറ്റി പഠിക്കുമ്പോൾ രണ്ടുതരം പഠനമാകാം. ഒന്ന്: മനഃശാസ്ത്രജ്ഞന്മാ രെയും വിദ്യാഭ്യാസ വിദഗ്ധന്മാരെയും മറ്റും കണ്ട് അവ രുടെ അഭിപ്രായങ്ങളും അനുഭവങ്ങളും ശേഖരിക്കാം. രണ്ട്: അടികൊണ്ടവരേയും കൊടുത്തവരേയും ഇന്റ ർവ്യൂ ചെയ്യാം. പണ്ട് അടികിട്ടിയ ആൾ ഇപ്പോൾ അപ്പൂപ്പ നാകാം. അങ്ങനെയെങ്കിൽ അദ്ദേഹത്തിന്റെ അന്നത്തെ യും ഇന്നത്തെയും അഭിപ്രായങ്ങൾ താരതമ്യപ്പെടു ത്താം. വിദ്യാലയത്തിൽ അടി നിരോധിച്ച സംസ്ഥാന ങ്ങൾ ഇന്ത്യയിലുണ്ടല്ലോ. ഉദാഹരണം തമിഴ്നാട്. അവിടത്തെ അനുഭവം സുഹൃത്തുക്കൾ വഴിയോ ഫോ ൺ വഴിയോ ശേഖരിക്കാം. ഇങ്ങനെ ശേഖരിച്ച വിവര ങ്ങൾ വച്ച് നിങ്ങളുടെ ഭാഗം വാദിക്കാൻ കഴിയണം."

"മനസ്സിലായി ടീച്ചർ. ഞാൻ അടിവേണം എന്നു വാദിക്കുകയാണെങ്കിൽ പോലും വിഷയം പഠിക്കു മ്പോൾ മറുഭാഗവും മനസ്സിലാകും; അല്ലേ ടീച്ചർ. അങ്ങ നെ എന്റെ അറിവ് വർദ്ധിക്കും. അല്ലേ?"

"കൊച്ചുറോസ പറഞ്ഞതാണ് കാര്യം. **വിഷയം പഠിച്ച് അവതരിപ്പിക്കുമ്പോൾ, ഇരുഭാഗത്തെയും**

വാദങ്ങളുമായി പരിചയമാകുമ്പോൾ, ചർച്ച ചെയ്യുന്ന വിഷയത്തെപ്പറ്റി വളരെ വിശാലവും ആഴവുമുള്ള ധാരണകൾ നമുക്കുണ്ടാകും. അതിനാൽ ഡിബേറ്റ് ഒന്നാം തരം പഠന മാധ്യമാണ്."

"ടീച്ചർ, എനിക്ക് വേറൊരു വിഷയം ചർച്ച ചെയ്യണ മെന്നുണ്ട്." കൃഷ്ണ പറഞ്ഞു.

"എന്താണാവോ?" ടീച്ചർ തിരക്കി.

"വിദ്യാലയങ്ങളിൽ രാഷ്ട്രീയം വേണോ?"

"നല്ല വിഷയമാണ്. നമ്മുടെ പാർലമെന്റിൽ അതും ചർച്ച ചെയ്യണം. നമ്മുടേത് ഒരു ജനാധിപത്യ രാഷ്ട്ര മാണ്. ജനങ്ങൾ ജനാധിപത്യ പ്രക്രിയയുമായി ബന്ധ പ്പെടണം. അവർക്ക് ജനാധിപത്യത്തിന്റെ രീതി അറിയ ണമെന്ന്. വിദ്യാർഥികളായിരിക്കുമ്പോൾ തന്നെ രാഷ്ട്രീയ കാര്യങ്ങൾ അവർ പഠിക്കണം. ജനാധിപത്യ ബോധം വളർത്തണം. അതിന് വിദ്യാലയ രാഷ്ട്രീയം വേണോ? അതിന് വിദ്യാലയ രാഷ്ട്രീയം പ്രയോജനപ്പെടുമോ? എങ്കിൽ എങ്ങനെ പ്രയോജനപ്പെടുത്തണം? വിദ്യാലയ രാഷ്ട്രീയത്തിന് ദോഷവശങ്ങളുണ്ടോ? ഉണ്ടെങ്കിൽ അവ എങ്ങനെ ഇല്ലാതാക്കാം? എന്താകണം ഈ വിഷ യത്തിലുണ്ടാകേണ്ട ശാസ്ത്രീയ സമീപനം? ഇതാ കണം ചർച്ച ചെയ്യേണ്ടത്. നമുക്ക് ഈ വിഷയം രണ്ടാമ ത്തെ ഡിബേറ്റിൽ ചർച്ച ചെയ്യാം." ടീച്ചർ സമ്മതിച്ചു.

"എനിക്ക് മറ്റൊരു വിഷയമാണ് ചർച്ച ചെയ്യാൻ തോന്നുന്നത്." കൊച്ചുമുഹമ്മദ് പറഞ്ഞു.

"അതെന്താണു ലീഡറേ."

"ഇന്ത്യ ചാന്ദ്രയാത്രയ്ക്കു തയ്യാറാവുകയയാണെന്നല്ലോ. ഇത് ശരിയാണോ? ആവശ്യമാണോ? കോടിക്കണക്കിനു ജനങ്ങൾക്ക് കുടിവെള്ളമോ കക്കൂസോ കിടപ്പാടമോ പോലു

മില്ലാതെ നരകിക്കുന്ന ഇന്ത്യയിൽ ചാന്ദ്രയാത്ര പോലൊരു പരിപാടിക്ക് കോടികൾ ചെലവാക്കുന്നതിന് എന്തു നീതീ കരണമാണുള്ളത്?" കൊച്ചുമുഹമ്മദ് വീറോടെ ചോദിച്ചു.

"ആഹാ! കൊച്ചുമുഹമ്മദ് ആൾ വെറും പൊന്തൻ മുളകൊന്നുമല്ല; നല്ല മൂത്തു പഴുത്ത കാന്താരി തന്നെ യാണെന്ന് ഇപ്പോഴല്ലേ മനസ്സിലായത്!" ദീപു കൊച്ചു മുഹമ്മദിനെ ഒന്നു പൊക്കി.

ടീച്ചറും കൊച്ചുമുഹമ്മദിനെ അഭിനന്ദിച്ചുകൊണ്ടു പറഞ്ഞു: "ഡിബേറ്റിന് പറ്റിയ ഒരു വിഷയം തന്നെയാ ണത്. പക്ഷേ നന്നായി തയ്യാറെടുക്കണം. ഒരു വശത്ത് ഇന്ത്യയിലെ ദരിദ്രരായ ജനകോടിയുടെ ദയനീയമായ ജീവിതനിലകളെപ്പറ്റി പഠിച്ച് വാദങ്ങൾ നിരത്തണം. മറുഭാഗത്ത് നമ്മുടെ സ്പേസ് ഗവേഷണ തപസ്യയുടെ നേട്ടങ്ങൾ വിലയിരുത്തണം. അത് നമ്മുടെ രാജ്യത്തെ ദരിദ്രർക്കു പോലും എങ്ങനെ പ്രയോജനപ്പെടുത്താം എന്ന് മനസ്സിലാക്കണം. ഇങ്ങനെ പ്രശ്നത്തിന്റെ ഇരുവശത്തെപ്പറ്റിയും നന്നായി പഠിച്ച് ഡിബേറ്റ് നടത്തി യാൽ നിങ്ങൾക്ക് നല്ല സാമൂഹ്യ ബോധവും ശാസ്ത്ര ബോധവും ഉണ്ടാകും." ടീച്ചർ പറഞ്ഞു.

"അപ്പോൾ ഒരേ വിഷയം പഠിച്ചാൽ സാമൂഹ്യശാ സ്ത്രപഠനവും ശാസ്ത്രപഠനവും സാധിക്കുമല്ലോ. അങ്ങ നെ സാമൂഹ്യബോധവും ശാസ്ത്രബോധവും ഒന്നിച്ചു വളർത്തി മിടുക്കരുമാകാൻ പറ്റുമല്ലോ!" കൊച്ചുറാണി ഒരു അദ്ഭുതം കണ്ടെത്തിയ സന്തോഷത്തോടെ പറഞ്ഞു.

എല്ലാം കേട്ടിരുന്നപ്പോൾ ദീപുവിന് വലിയ ആവേശ മായി. അവൻ എഴുന്നേറ്റു പറഞ്ഞു. "ഇങ്ങനെയാണെ ങ്കിൽ ഞാൻ ഒരു നൂറു വിഷയങ്ങൾ പറയാം. എല്ലാം ഡിബേറ്റ് ചെയ്യേണ്ടവയാണ്."

അപ്പോൾ ചിരിച്ചുകൊണ്ട് ടീച്ചർ പറഞ്ഞു: "അയ്യോ കാന്താരീ, നൂറു വിഷയമൊന്നും പറഞ്ഞ് ഞങ്ങളെ പേടിപ്പിക്കേണ്ട. കുറച്ചു വിഷയങ്ങൾ മോഡലുകളായി പറഞ്ഞാൽ മതി. പറയേണ്ട. എല്ലാവരും അതു കേട്ടു മറക്കും. നമ്മൾ ഇപ്പോൾ ചർച്ച ചെയ്തത് ഉൾപ്പെടെ ഒരു പത്തുവിഷയങ്ങൾ ബോർഡിൽ എഴുതിയിടൂ. എല്ലാ വരും അത് എഴുതിയെടുക്കൂ. കൂടുതൽ വിഷയങ്ങൾ വീട്ടിൽ പോയി ആലോചിച്ചും എഴുതാം. എന്നിട്ട് നമുക്ക് വീണ്ടും കൂടി വിഷയങ്ങളെ വിലയിരുത്താം. അവയിൽ നിന്നും പറ്റിയവ തെരഞ്ഞെടുക്കാം. എന്താ?"

എല്ലാവരും അതു സമ്മതിച്ചു. ദീപു ഉടൻ ബോർ ഡിനടുത്തെത്തി പത്തിനു പകരം ഇരുപത് വിഷയങ്ങൾ ബോർഡിലെഴുതി!

ഡിബേറ്റ് : ചില വിഷയങ്ങൾ

1. ക്ലാസിൽ വടി വേണോ, അടി വേണോ?

2. വിദ്യാലയ രാഷ്ട്രീയം വേണം? വേണ്ട?

3. ഇന്ത്യക്കു വേണ്ടത് കുടിവെള്ളമോ ചാന്ദ്രയാത്രയോ?

4. കേരളം നാറുന്നു; നാമെന്തു ചെയ്യണം?
   (കേരളത്തിലെ മലിനീകരണ പ്രശ്നങ്ങൾ)

5. സ്കൂൾ വിദ്യാഭ്യാസം: ഇംഗ്ലീഷ് മീഡിയമോ മലയാളം മീഡിയമോ അഭികാമ്യം?

6. കോളയോ ഇളനീരോ?

7. മലവെട്ടി നിരത്തലും പാടം നികത്തലും നിരോധി ക്കണോ?

8. കേരളത്തിന്റെ ഗതാഗത പ്രശ്നം: പരിഹാരം എക്സ്പ്രസ് ഹൈവേയോ?

9. വായന വളരുന്നോ തളരുന്നോ?

10. ശാസ്ത്രബോധവും അന്ധവിശ്വാസങ്ങളും

11. എന്റെ വിദ്യാലയം (ഗ്രാമം) എങ്ങനെ വൃത്തിയു
ള്ളതാക്കാം?

12. നമ്മുടെ പഞ്ചായത്തിലെ അടിയന്തര വികസന
പ്രശ്നങ്ങൾ

13. ജൈവകൃഷിയുടെ സാധ്യതകളും പ്രശ്നങ്ങളും

14. തെരുവുനായ്ക്കളെ കൊല്ലണോ?

15. പുതിയ പാഠ്യപദ്ധതിയുടെ ഗുണദോഷങ്ങൾ

16. എൻട്രൻസ് പരീക്ഷ എന്തിന്?

17. സ്കൂളിൽ യൂണിഫോറം അഭിഗാമ്യമോ?

18. വിദ്യാർത്ഥികൾ ലഹരികൾക്കടിമകളാവുകയാ
ണോ?

19. നമ്മുടെ ശാസ്ത്രപാരമ്പര്യം നാം മറക്കുന്നോ?

20. വളരേണ്ടത് ഐ ടി വ്യവസായമോ
പാരമ്പര്യ വ്യവസായങ്ങളോ?

ദീപു ഇരുപത് വിഷയങ്ങൾ എഴുതിയപ്പോൾ ടീച്ചർ
പറഞ്ഞു:

"മതി മതി. ഇത്രയും മാതൃകകൾ മതി. എല്ലാവരും
വീട്ടിലിരുന്ന് ആലോചിക്കണം. പുറത്തുള്ളവരുമായും
ചർച്ച ചെയ്യണം. അങ്ങനെ പുതിയ വിഷയങ്ങൾ കണ്ടെ
ത്തണം. അവ കൂടി എഴുതിക്കൊണ്ടു വരൂ. എന്നിട്ട് നമു
ക്ക് ചർച്ച ചെയ്യാം. അങ്ങനെ ഒരു നൂറു വിഷയങ്ങ
ളെങ്കിലും കണ്ടെത്താം. എന്തു പറയുന്നു?"

"നൂറു വിഷയങ്ങളോ! അത്രയും വിഷയങ്ങൾ ക
ണ്ടെത്താൻ കഴിയുമോ ടീച്ചർ?" കൊച്ചുറാണിക്ക് ഒരു
സംശയം.

"ഒരു സംശയവും വേണ്ട കൊച്ചുറാണീ. നിങ്ങൾ കൂടിയിരുന്ന് ആലോചിച്ചാൽ പുതിയ പുതിയ ആശയങ്ങൾ ഉണ്ടാകും. പുതിയ വിഷയങ്ങൾ കണ്ടെത്തും. ആ കണ്ടെത്തലുകൾ തന്നെ വലിയ വിദ്യാഭ്യാസമാണ്. അവ നിങ്ങളുടെ വിജ്ഞാന ചക്രവാളത്തെ വികസിപ്പിക്കും. നിങ്ങളുടെ അറിവുകൾക്ക് ആഴവും പരപ്പും കൂട്ടും. അങ്ങനെ കണ്ടെത്തുന്നവയിലെല്ലാം ഡിബേറ്റ് നടത്താൻ കഴിയുകയില്ല. അവയിൽ ചിലതിനെപ്പറ്റി പഠിച്ച് അവയിൽ ഡിബേറ്റ് നടത്താം. ബാക്കി നമുക്ക് റിസർവായി ഇരിക്കട്ടെ. അടുത്ത വർഷം അവ ഉപയോഗിക്കാൻ കഴിഞ്ഞേക്കും. നന്നായി പഠിച്ചു തയ്യാറായിട്ടേ ഏതു ഡിബേറ്റും നടത്താവൂ. ആ തയ്യാറെടുപ്പും ഡിബേറ്റും നിങ്ങളുടെ അറിവും ആശയങ്ങൾ അവതരിപ്പിക്കാനുള്ള കഴിവും വർദ്ധിപ്പിക്കും. അതാണ് ഡിബേറ്റുകളുടെ പ്രാധാന്യം."

"നമുക്ക് ഈ വർഷത്തെ ഡിബേറ്റുകൾ കലക്കാം ടീച്ചർ." കൊച്ചുമുഹമ്മദ് ആത്മവിശ്വാസത്തോടെ പറഞ്ഞു. മറ്റുള്ളവരും അതിനോട് യോജിച്ചു.

6

സെമിനാറും സിമ്പോസിയവും

"**എ**ങ്ങനെയുണ്ട് എന്റെ പുന്നാര എം പി മാരുടെ പ്രകടനങ്ങൾ? ഒരു ദിവസം ടീച്ചർ തന്റെ കാന്താരിക്കു ട്ടികളോടു ചോദിച്ചു. ഉടൻ വന്നു ക്ലാസ് ലീഡറായ കൊ ച്ചുമുഹമ്മദിന്റെ കമന്റ്.

"കാന്താരികളൊന്നും ശരിക്കു മൂത്തില്ല ടീച്ചർ. അ തിനാൽ ഒന്നും വേണ്ടത്ര എരിവില്ല. ഒരു കാര്യത്തിലും ശക്തമായ അഭിപ്രായങ്ങൾ അവതരിപ്പിക്കാനും വാദി ക്കാനും അംഗീകരിപ്പിക്കാനും ആർക്കും കഴിയുന്നില്ല."

കൊച്ചുമുഹമ്മദിന്റെ കമന്റു കേട്ട് ടീച്ചർ പൊട്ടിച്ചിരി ച്ചു. പക്ഷേ കാന്താരികളുടെ മുഖം വാടി. കൊച്ചുമു ഹമ്മദ് പറഞ്ഞതിൽ കാര്യമുണ്ട്. അത് മനസ്സിലാക്കി യിട്ടായിരുന്നു അവർ തർക്കിക്കാതെ, മിണ്ടാനാകാതെ, ഇരുന്നു പോയത്. ടീച്ചർ അവരെ ആശ്വസിപ്പിച്ചുകൊണ്ടു പറഞ്ഞു:

"എല്ലാ കാന്താരിക്കുട്ടികളുടെയും എരിവ് കൂട്ടാം. അതിന് വഴിയുണ്ട്. **അറിവ് വിതയ്ക്കാൻ പഠിക്കണം. അറിവു വിതച്ചാൽ കൂടുതൽ അറിവ് കൊയ്യാം!**"

"അറിവ് വിതയ്ക്കലോ? അതെന്താ അറിവ് വിത്താണോ? വിതയ്ക്കുന്നത് വിത്തല്ലേ?"

അപർണ ഒരു തർക്കം ഉന്നയിച്ചു. അതു കേട്ടപ്പോൾ ടീച്ചർക്കു വലിയ സന്തോഷമായി.

"അപർണക്കുട്ടിക്ക് കുറച്ച് എരിവ് ഉണ്ടായിത്തുട ങ്ങിയല്ലോ. നന്നായി. സെമിനാറും സിമ്പോസിയവും അറിവിന്റെ വിത്തുവിതയ്ക്കലാണ്." ടീച്ചർ പറഞ്ഞു. പക്ഷേ ടീച്ചർ പറഞ്ഞത് ചിലർക്കു മനസ്സിലായില്ല. അതിനാൽ ടീച്ചർ അത് വീണ്ടും വിശദീകരിച്ചു.

"എല്ലാ കാന്താരികളും ശ്രദ്ധിക്കണേ. semen എന്ന ലാറ്റിൻ പദത്തിന്റെ അർഥം വിത്ത് (seed) എന്നാണ്. അതിൽ നിന്നാണ് സെമിനാർ (seminar) എന്ന പദമുണ്ടായത്. അറിവിന്റെ വിത്തുകൾ വിതയ്ക്കുന്ന സന്ദർഭമാകണം സെമിനാറുകൾ. അങ്ങനെ അറിവിൻ വിത്തുകൾ വിതച്ചാൽ, കൂടുതൽ ചർച്ചകളിലൂടെയും പഠനങ്ങളിലൂടെയും ആ വിത്തുകൾക്ക് പരിചരണം നൽകിയാൽ, അവ നിങ്ങളുടെ ഉള്ളിൽ മുളയ്ക്കും, വളരും, വേരുറപ്പിക്കും, പൂക്കും, കായ്ക്കും! അതിനാ ണ് നമ്മൾ ക്ലാസിൽ സെമിനാറുകൾ നടത്തുന്നത്. മനസ്സിലായോ!"

"ഇപ്പോൾ ഏതാണ്ടൊക്കെ മനസ്സിലായി. പക്ഷേ ഈ സിമ്പോസിയം (symposium) ഒരുതരം സെമിനാ റാണോ? എന്താ സിമ്പോസിയത്തിന്റെ അർഥം?" ദീപു ഒരു സംശയം ചോദിച്ചു. അപ്പോൾ ടീച്ചർ പറഞ്ഞു:

"ദീപുവിനും എരിവുണ്ടായി വരുന്നു. അങ്ങനെ കൂടുതൽ കാന്താരികൾ മൂക്കട്ടെ! ... ശ്രദ്ധിക്കുക. **sympots** എന്ന ഗ്രീക്ക് പദത്തിൽ നിന്നുമാണ് സിമ്പോ സിയം ഉണ്ടായിരിക്കുന്നത്. ആ വാക്കിന്റെ അർഥം

കുടിസംഘം എന്നാണ്. Drinking Party. Sympotes എന്നാൽ കുടിക്കൂട്ടുകാരൻ (fellow drinker) എന്നാണ്." ടീച്ചറുടെ വിശദീകരണം കേട്ട് ക്ലാസിൽ കൂട്ടച്ചിരിയായി.

"എങ്കിൽ നമുക്കും സിമ്പോസിയം വേണ്ടേ ടീച്ചർ?" രാമു ഒരു കുസൃതിച്ചോദ്യം ചോദിച്ചു.

"വേണം വേണം." ടീച്ചർ പറഞ്ഞു. "**പക്ഷേ ഒരു കാര്യമുണ്ട്. നമ്മുടെ സിമ്പോസിയത്തിൽ കുടിക്കു ന്നത് കള്ളല്ല; അറിവായിരിക്കും!**"

"ടീച്ചറുടെ മറുപടി കലക്കി." രാമു ടീച്ചറെ അഭിന ന്ദിച്ചു. എന്നിട്ടു ചോദിച്ചു:

"സെമിനാറിൽ ഒരാൾ അല്ലേ വിഷയം അവതരി പ്പിക്കുന്നത്? മറ്റുള്ളവർ ചർച്ചയിൽ പങ്കെടുക്കും; അല്ലേ?"

"അതെ. സാധാരണ സെമിനാറിൽ മുഖ്യമായി വിഷ യം അവതരിപ്പിക്കുന്നത് ഒരാളായിരിക്കും. ചർച്ചയിൽ ഉന്നയിക്കുന്ന ആശയങ്ങളെപ്പറ്റിയും സംശയങ്ങളെപ്പ റ്റിയും മുഖ്യഅവതാരകൻ വിശദീകരണം നൽകുകയും വേണം. അവതരണ യോഗത്തിൽ അധ്യക്ഷപദവി അല ങ്കരിക്കുന്ന ആളാണ് മോഡറേറ്റർ. മോഡറേറ്റർക്ക് ചർച്ച അവസാനിപ്പിച്ച് വിഷയത്തെപ്പറ്റി ഒരു സമാപന പ്രസംഗം നടത്താം. സെമിനാറിനെ വിലയിരുത്തി ആശയങ്ങൾ ക്രോഡീകരിക്കലൊണ് അപ്പോൾ ചെയ്യുക." ടീച്ചറുടെ വിശദീകരണം കേട്ടപ്പോഴെ കൊച്ചുമുഹമ്മദ് പറഞ്ഞു:

"ടീച്ചറാണ് എന്നും ഞങ്ങളുടെ മോഡറേറ്റർ."

"അത് വലിയ ഒരു സ്ഥാനമായി ഞാൻ സ്വീകരി ക്കുന്നു." ടീച്ചർ ചിരിച്ചുകൊണ്ടു പറഞ്ഞു.

എല്ലാം കേട്ടുകൊണ്ട് നിശബ്ദനായി ഇരുന്നിരുന്ന

അപു അപ്പോൾ എഴുന്നേറ്റു പറഞ്ഞു.

"ഒരു സെമിനാറിൽ ഞാൻ മുഖ്യവിഷയം അവതരി പ്പിക്കാം ടീച്ചർ."

"എന്താ അപുക്കാന്താരിയുടെ വിഷയം?" ടീച്ചർ തിരക്കി.

"ഐ റ്റി യുഗത്തിലെ ശാസ്ത്രം: അവസരങ്ങളും വെല്ലുവിളികളും" അപു പറഞ്ഞു.

"നല്ല വിഷയമാണ്. ആ വിഷയം നന്നായി പഠിക്ക ണം. കഴിയുന്നത്ര വിവരങ്ങൾ ശേഖരിക്കണം." അവത രിപ്പിക്കാൻ പോകുന്ന ആശയങ്ങൾ ചിട്ടയായി എഴുത ണം. ഒരു അടിസ്ഥാന പ്രബന്ധം തന്നെ എഴുതി തയ്യാ റാക്കുന്നതാണ് നല്ലത്. അപ്പോൾ അതിന്റെ അടിസ്ഥാന ത്തിലാകാം പ്രബന്ധാവതരണം". ടീച്ചർ വേണ്ട നിർദേ ശങ്ങൾ നൽകി. അപു സമ്മതിച്ചു. പിന്നെ ടീച്ചർ തുട ർന്നു.

"എപ്പോഴും ഒരാൾ തന്നെ വിഷയം അവതരിപ്പി ക്കണമെന്നില്ല. ഒരേ വിഷയത്തിന്റെ പല വശങ്ങൾ പല ഗ്രൂപ്പുകൾക്ക് പഠിച്ച് അവതരിപ്പിക്കാം. ഒരു ഉദാഹരണം പറയാം. പാരമ്പര്യേതര ഊർജ സ്രോതസ്സുകൾ ആണ് വിഷയം എന്നിരിക്കട്ടെ. സൗരോർജം, കാറ്റിന്റെ ഊർജം തുടങ്ങിയുള്ള വിവിധ സ്രോതസ്സുകളെപ്പറ്റി പേപ്പറുകൾ അവതരിപ്പിക്കണം. അത് ഓരോന്നും ഓരോരുത്തർക്ക് ചെയ്യാമല്ലോ. ഓരോന്നും ഓരോ ഗ്രൂപ്പുകാർ പഠിച്ച് അവതരിപ്പിച്ചാൽ കൂടുതൽ നന്നാവുകയും ചെയ്യും."

"ടീച്ചർ സിമ്പോസിയത്തെപ്പറ്റി പറഞ്ഞില്ല."

അപു ഓർമ്മിപ്പിച്ചു.

"പറഞ്ഞല്ലോ. അറിവ് കുടിക്കുന്ന കൂട്ടായ്മയാണ് സിമ്പോസിയം എന്നു പറഞ്ഞല്ലോ. സിമ്പോസിയത്തിൽ

ഒരേ വിഷയത്തിന്റെ വിവിധ വശങ്ങൾ അവതരിപ്പിക്കാൻ ഓരോരുത്തർ വേണം. അവതാരകരെല്ലാം വിദഗ്ധരായാൽ സിമ്പോസിയം ഗംഭീരമാകും. 'അറിവിൻ കുടി' അതിഗംഭീരമാകും. ഒരേ വിഷയത്തെ വളരെ വിപുലമായി അവതരിപ്പിക്കാൻ സിമ്പോസിയം വളരെ നല്ലതാണ്." ടീച്ചർ വിശദീകരിച്ചു.

അന്നത്തെ ക്ലാസിനു ശേഷം അപു തിരക്കിലായിരുന്നു. ഐ റ്റി യുഗത്തിലെ ശാസ്ത്രത്തിന്റെ മുഖം എങ്ങനെയുണ്ട്? എന്താണ് അതിന്റെ സ്വഭാവം? എന്താണ് അത് നൽകുന്ന വാഗ്ദാനങ്ങൾ? അവസരങ്ങൾ? എന്താണ് അത് ഉണ്ടാക്കിയിരിക്കുന്ന വെല്ലുവിളികൾ? ഈ വശങ്ങളെല്ലാം അവൻ കൂട്ടുകാരുമൊത്ത് പഠിച്ചു. വിശദമായി ഒരു പ്രബന്ധമെഴുതി. അതിന്റെ ചുരുക്കം ഇതാ ഇങ്ങനെയായിരുന്നു.

സെമിനാർ

വിഷയം :

ഐ റ്റി യുഗത്തിലെ ശാസ്ത്രം
അവസരങ്ങളും വെല്ലുവിളികളും

തീയതി............   സ്ഥലം..................   സമയം..................

അവതാരകൻ : അപു ശിവദാസ്

(അവതരണത്തിനുള്ള അടിസ്ഥാന പ്രബന്ധം)

ആമുഖം

മനുഷ്യചരിത്രം വിപ്ലവങ്ങളുടെ ചരിത്രം കൂടിയാ ണല്ലോ. വ്യാവസായിക വിപ്ലവം ലോകത്തെ എങ്ങനെ മാറ്റിമറിച്ചു എന്നുള്ളത് ഇന്ന് ചരിത്രമായിരിക്കുന്നു. ഭാവിയിൽ ഇന്നത്തെ ലോകത്തിന്റെ ചരിത്രവും എഴുത പ്പെടും. അപ്പോൾ അത് തീർച്ചയായും ശാസ്ത്ര സാങ്കേ തികവിദ്യകൾ സൃഷ്ടിച്ച വിപ്ലവങ്ങളുടെ ചരിത്രമായി ത്തന്നെ എഴുതപ്പെടും. ഐ റ്റി യുഗമാണ് ആ വിപ്ലവ ങ്ങളിൽ ഏറ്റവും പ്രധാനപ്പെട്ടവയ്ക്ക് കാരണമായതെ ന്നും ചരിത്രകാരന്മാർ വിധിയെഴുതും എന്നാണ് എന്റെ നിഗമനം.

ശാസ്ത്രത്തിന്റെ സ്വാധീനം

ശാസ്ത്ര സാങ്കേതിക വിദ്യകളുടെ സുനാമിയിൽ പെട്ടിരിക്കുകയാണ് ലോകം. നല്ല അർഥത്തിലാണ് 'സുനാമി' എന്ന വാക്ക് ഇവിടെ ഉപയോഗിച്ചിരിക്കുന്നത്.

അറിവിന്റെ, വിരുതിന്റെ, ആശയത്തിന്റെ, ഉപ്പും കുളിരും ഒഴുക്കുമുള്ള ആ സുനാമി ലോകത്തെ മുഴുവൻ തഴുകി തലോടി കുളിപ്പിച്ചിരിക്കുന്നു! മനുഷ്യന്റെ ഏറ്റവും വലിയ, ബൃഹത്തായ പ്രവർത്തനമായിരിക്കുന്നു സയൻസും ടെക്നോളജിയും; അഥവാ ശാസ്ത്രവും സാങ്കേതിക വിദ്യകളും. അവ മനുഷ്യന്റെ വ്യാവസായിക പ്രവർത്തനങ്ങളെയും അതുവഴി സമ്പദ്‌വ്യവസ്ഥ യെയും മാത്രമല്ല സ്വാധീനിച്ചിരിക്കുന്നത്. മറിച്ച് മനു ഷ്യന്റെ ചിന്താപ്രപഞ്ചത്തേയും സ്വാധീനിച്ചിരിക്കുന്നു. മനുഷ്യന്റെ മനോഭാവത്തെ, ദാർശനിക വീക്ഷണ ങ്ങളെവരെ ശാസ്ത്ര സാങ്കേതിക വിജ്ഞാനം സ്വാധീനി ച്ചിരിക്കുന്നു! അതെ; മനുഷ്യന്റെ സമസ്തമണ്ഡല ങ്ങളേയും സ്വാധീനിക്കുന്ന, സമസ്ത മണ്ഡലങ്ങളിലും വേരോടിച്ച് അവയുടെ വളർച്ചയെയും ഗതിയെയും നിയന്ത്രിക്കുന്ന, ഒരു ശക്തമായ വിജ്ഞാനപ്രപഞ്ചമായി മാറിയിരിക്കുകയാണ് ഇന്ന് ശാസ്ത്ര സാങ്കേതിക രംഗം.

ശാസ്ത്ര സാങ്കേതിക വിദ്യകളുടെ സഹായം ഉപ യോഗിച്ചുകൊണ്ട് കലാരംഗവും വളരുന്നത് നാം കൗതു കപൂർവം കാണുന്നില്ലേ? രാഷ്ട്രീയവും മതപരവുമായ ആശയങ്ങൾ പ്രചരിപ്പിക്കാൻ ടെലിവിഷൻ ചാനലുകളു ടെയും റേഡിയോ നിലയങ്ങളുടെയും സഹായം തേടു ന്നതും നാം കാണുന്നുണ്ട്. അപ്പോൾ രാഷ്ട്രീയ, സാം സ്കാരിക, മത മണ്ഡലങ്ങൾപോലും ശാസ്ത്ര സാങ്കേ തിക സുനാമിയിൽ പെട്ടിരിക്കുന്നു എന്ന് വ്യക്തമാണ്.

ഐ റ്റി യുഗം

വിജ്ഞാനത്തിന്റെയും സാങ്കേതികവിദ്യകളുടെയും ഈ തിരമാലകൾ തന്നെ പുതിയ വിജ്ഞാനതരംഗങ്ങൾ

സൃഷ്ടിച്ചിരിക്കുന്നു. അങ്ങനെയാണ് വിവരസാങ്കേതിക വിദ്യകൾ രൂപംകൊണ്ടത്. കമ്പ്യൂട്ടറിന്റെ അനന്ത സാധ്യതകൾ ഉപയോഗിച്ച് വിവരസാങ്കേതിക വിദ്യാ രംഗത്ത് വമ്പിച്ച കുതിച്ചുചാട്ടമുണ്ടായി. ഇത് ലോകത്തെ വിവര വിസ്ഫോടനത്തിലെത്തിച്ചു. ലോകം ഒരു ഗ്ലോബൽ വില്ലേജായി മാറി. അറിവ് ലോകം ഭരിക്കുന്ന കാലമെത്തി. ആശയങ്ങൾക്ക്, മൗലികമായ കണ്ടെത്ത ലുകൾക്ക്, വിലയുണ്ടായി. അവ ഉൽപ്പന്നങ്ങളായി. സമ്പ ത്തുണ്ടാക്കുന്ന ഘടകങ്ങളായി. അറിവിന്റെ ആധിപത്യ മുള്ള ഈ സമൂഹത്തിലെ അതിശക്തമായ സുനാമിയാ യി ഐ റ്റി മേഖല.

എന്നാൽ ഒരു കാര്യം നാം മറക്കരുത്. ഐ റ്റി ശാസ്ത്രസാങ്കേതിക സമുദ്രത്തിലെ ഒരു ചെറിയ മേഖല മാത്രമാണ്. ഒരു ചെറുദ്വീപു മാത്രമാണ് എന്നു പറയാം. ഐ റ്റിക്കു മാത്രമായി വളരാനോ നിലനിൽക്കാനോ സാധ്യമല്ല. ശാസ്ത്ര സാങ്കേതിക രംഗത്തിന്റെ വളർച്ച യുടെ ഭാഗമായി മാത്രമേ ഐ റ്റിയും വളരൂ. ശാസ്ത്ര സാങ്കേതികരംഗത്തിന്റെ വളർച്ച ഒരു രാജ്യത്ത് ഉണ്ടാക ണമെങ്കിൽ അവിടത്തെ സമൂഹത്തിനും വളർച്ചയുണ്ടാ കണം. വിദ്യാഭ്യാസ രംഗത്ത് വളർച്ചയുണ്ടായാൽ മാത്ര മേ ഈ രംഗങ്ങളെല്ലാം വളരൂ. ഒറ്റയായി ഒന്നിനും നിലനിൽപ്പില്ല.

കുത്തകകളെ പൊളിക്കാം

ശാസ്ത്ര സാങ്കേതിക രംഗങ്ങളിൽ പൊതുവേയും ഐ റ്റി രംഗത്ത് പ്രത്യേകമായും കുത്തകകൾ ഉണ്ട്. സമ്പന്ന രാഷ്ട്രങ്ങളിലെ ബഹുരാഷ്ട്രക്കമ്പനികളാണ് വിവരങ്ങൾ വാരിക്കൂട്ടി പൂഴ്ത്തിവച്ച് കുത്തകകൾ ആയി

വളരുന്നത്. എന്നാൽ നാം ഈ പ്രതിഭാസത്തെ കണ്ട് ഭയപ്പെടുകയോ നിരാശരാവുകയോ അല്ല വേണ്ടത്. മറിച്ച് കൂടുതൽ ഉണർന്നു പ്രവർത്തിച്ച് ഈ കുത്തക വൽക്കരണത്തെ തകർക്കുകയാണു വേണ്ടത്.

വിവരവിസ്ഫോടനത്തിലൂടെ ലോകം മാറിക്കഴി ഞ്ഞു. വിവരങ്ങൾ അതിവേഗം ലോകമെങ്ങും വ്യാപി ക്കുന്ന ഈ യുഗത്തിൽ വിവരങ്ങളെ പിടിച്ചുവച്ച്, ഒളിച്ചു വച്ച്, കുത്തകകൾ ആയി വിലസുക എളുപ്പമല്ല. ഗ്ലോ ബൽ നിലവാരത്തിൽ പഠിച്ച് ഏറ്റവും പുതിയ വിവര ങ്ങൾവരെ അനായാസം പിടിച്ചെടുത്ത് ഉപയോഗിച്ച് പുതിയ കണ്ടെത്തലുകളും വിദ്യകളും ആശയങ്ങളും ഉൽപ്പന്നങ്ങളുമായി മുന്നേറുന്ന ഏതു ജനതയ്ക്കും വ്യക്തിക്കും കുത്തകകളെ പൊളിക്കാനാകും; ഇൻഫർ മേഷൻ വിപ്ലവത്തിന്റെ ഗുണഫലങ്ങൾ കൊയ്തെടുക്കാ നാകും. ഇപ്പോൾ തന്നെ ചൈനയിലെയും ഇന്ത്യയി ലെയും ലക്ഷക്കണക്കിനു യുവാക്കൾ അങ്ങനെ ചെയ് തു വിജയിച്ചുകൊണ്ടിരിക്കുന്നു. അമേരിക്കയിലെ സോഫ്റ്റ്‌വെയർ വ്യവസായത്തിൽ പോലും അത്തരം ചെറുപ്പക്കാർ അവഗണിക്കാനാകാത്ത സ്വാധീനം ചെലുത്തിവരുന്നു. ചൈന, ഇന്ത്യ തുടങ്ങിയ രാജ്യങ്ങൾ കൂടുതൽ ഉണരട്ടെ. ഈ രാജ്യങ്ങളിലെ യുവാക്കളും വിദ്യാർഥികളും ഇത് ഒരു അവസരമായി, വെല്ലുവി ളിയായി ഏറ്റെടുത്ത് നന്നായി പഠിച്ചു വളർന്നുയർന്നാൽ വിവര വിസ്ഫോടനരംഗം സംഭാവന ചെയ്യുന്ന ഗുണ ഫലങ്ങൾ നമുക്ക് സ്വന്തമാകുമെന്ന് തീർച്ച. ശാസ്ത്ര സാങ്കേതിക രംഗത്തെ, ഐ റ്റി രംഗത്തെ, വളർച്ചയെ ശാപമായി കാണാതെ, വരമായി, അവസരമായി, കാണാനുള്ള വിവേകമാണ് നമുക്കുണ്ടാകേണ്ടത്.

അതാണ് നമ്മെ രക്ഷിക്കാനുതകുന്ന പോസിറ്റീവ് തിങ്കിങ്.

അടിസ്ഥാനശാസ്ത്രം തന്നെ അടിത്തറ

കമ്പ്യൂട്ടർ രംഗത്തും ഐ റ്റി രംഗത്തും ഉള്ള ഉയർ ന്ന തൊഴിൽസാധ്യത കണക്കിലെടുത്ത് യുവാക്കൾ കൂടുതലും ആ മേഖലകളിലേക്ക് തള്ളിക്കയറുന്ന ഒരു കാഴ്ച ഇന്ന് നമ്മുടെ നാട്ടിൽ കാണുന്നു. കമ്പ്യൂട്ടർ, ഐ റ്റി മേഖലകളിലേക്കു മാത്രമായി പ്രഗൽഭരായ, പ്രതിഭാ ശാലികളായ, യുവാക്കൾ തിരിയുന്നതും രാജ്യത്തിന്റെ ഭാവിക്കു ദോഷമാകും. അടിസ്ഥാനശാസ്ത്ര പഠനമാണ് സാങ്കേതിക വിദ്യകളുടെ മുഴുവൻ അടിത്തറ. ഐ റ്റി യുടെയും കമ്പ്യൂട്ടർ സയൻസിന്റെയും എല്ലാം വളർച്ച യ്ക്ക് അടിസ്ഥാന ശാസ്ത്രരംഗം വളരേണ്ടതുണ്ട്. അതി നാൽ മിടുക്കരായ വിദ്യാർഥികളെ അടിസ്ഥാനശാസ്ത്ര പഠനത്തിലേക്ക് ആകർഷിക്കാനുള്ള പരിപാടികൾ ഗവൺമെന്റുകൾ നടപ്പാക്കണം. ശാസ്ത്രഗവേഷണ രംഗത്ത് കൂടുതൽ തൊഴിലവസരങ്ങൾ ഉണ്ടാക്കണം; കൂടുതൽ മെച്ചപ്പെട്ട സേവനവേതന വ്യവസ്ഥകളും ശാസ്ത്രജ്ഞന്മാർക്ക് നൽകണം. വിദ്യാർഥികൾക്ക് അടിസ്ഥാനശാസ്ത്ര പഠനത്തിന് കൂടുതൽ സ്കോളർ ഷിപ്പുകളും ഏർപ്പെടുത്തേണ്ടതാണ്.

കൃഷിയും പാരമ്പര്യ വ്യവസായങ്ങളും

ഇന്നും ഇന്ത്യയിലെ ബഹുഭൂരിപക്ഷം വരുന്ന സാധാരണക്കാർ കൃഷിയെയും പാരമ്പര്യവ്യവസായ ങ്ങളെയും ആശ്രയിച്ചാണ് ജീവിക്കുന്നതെന്നും നാം

മറക്കരുത്. ഈ രംഗങ്ങളിൽ കൂടുതൽ വളർച്ചയുണ്ടാ ക്കാനും ആധുനിക ശാസ്ത്ര സാങ്കേതിക വിദ്യകൾ ഉപയോഗിക്കാനും നാം തയ്യാറാകണം. അങ്ങനെ സമഗ്രമായ ഒരു വളർച്ചയാകണം നമ്മുടെ ലക്ഷ്യം. ഐ റ്റി മാത്രം വളർന്നാൽ മതി എന്ന വീക്ഷണവും ശരിയല്ല.

വിദ്യാഭ്യാസം വഴി വിമോചനം

ലോകം മുന്നോട്ടു കുതിച്ചുവളരുമ്പോൾ നമുക്ക് അതു കണ്ടില്ല എന്നു നടിച്ച് മുഖം തിരിച്ചു നിൽക്കാ നാവില്ല. ഐ റ്റി ഉൾപ്പെടെയുള്ള എല്ലാ അത്യന്താധു നിക രംഗങ്ങളിലും നാം മുന്നേറുക തന്നെ വേണം. സമ്പൂർണ സാക്ഷരതയ്ക്കൊപ്പം സമ്പൂർണ കമ്പ്യൂട്ടർ സാക്ഷരതകൂടി നമ്മുടെ നൂറുശതമാനം ജനങ്ങൾക്കും ലഭിക്കണം. വിദ്യാഭ്യാസരംഗത്തോ ആധുനിക ലോക ത്തിന്റ വെല്ലുവിളികൾക്കനുസരിച്ച് മാറ്റങ്ങളുണ്ടാകണം. പഠനപ്രവർത്തനങ്ങളിലും പ്രോജക്ടുകളിലും ഊന്നിയ, അനുഭവങ്ങളെ അടിസ്ഥാനമാക്കിയുള്ള പഠനം ആകണം എല്ലാ ഘട്ടങ്ങളിലും വിദ്യാർഥികൾക്ക് നൽ കേണ്ടത്. അറിവ് നേടുന്നതിൽ മാത്രം അത് ഒതുങ്ങു കയുമരുത്. അറിവ് നേടി, അത് സ്വാംശീകരിച്ച്, അതി ലൂന്നി, പുതിയ അറിവ് സൃഷ്ടിക്കുന്നവരായി വിദ്യാർഥി കൾ വളരണം. പുതിയ ചോദ്യങ്ങൾ ചോദിക്കാനും, പുതിയ ആശയങ്ങൾ കണ്ടെത്താനും, അതുവഴി പുതിയ കണ്ടെത്തലുകൾ നടത്താനും കഴിയുന്ന യുവാക്കൾക്ക് ഐ റ്റി യുഗവും അതിനു ശേഷമുണ്ടാകാൻ പോകുന്ന അറിവിന്റെ പുതുയുഗവും അനന്തമായ അവസരങ്ങളു ടെയും നേട്ടത്തിന്റെയും യുഗമാകും. അതാകട്ടെ ഓരോ വിദ്യാർത്ഥിയുടെയും ലക്ഷ്യം.

സെമിനാറിൽ അവതരിപ്പിക്കാൻ തയ്യാറാക്കിയ പ്രബന്ധം അപു ടീച്ചറെ കാണിച്ചു. ടീച്ചർ അവനെ അഭിനന്ദിച്ചു.

"പ്രബന്ധം നന്നായിട്ടുണ്ട്. നന്നായി ആലോചിച്ചും റഫർ ചെയ്തും ആണ് എഴുതിയിരിക്കുന്നത്."

"ഇത് അതേപടി സെമിനാറിൽ വായിച്ച് അവത രിപ്പിച്ചാൽ മതിയോ?" അപു ഒരു സംശയം ചോദിച്ചു.

"അത് പ്രബന്ധാവതരണത്തിനുള്ള ഒരു രീതി യാണ്. പക്ഷേ കേട്ടിരിക്കുന്നവർ ബോറടിക്കും. അതി ലും നല്ല ഒരു രീതി പറയാം. പ്രബന്ധം നന്നായി പഠിച്ച് തയ്യാറെടുക്കുക. പ്രബന്ധത്തിലെ ഉള്ളടക്കത്തെ വിശക ലനം ചെയ്ത് പോയിന്റുകൾ ഒന്നൊന്നായി ഏതൊക്കെ എന്ന് കണ്ടെത്തുക. ഈ പോയിന്റുകൾ അഥവാ ആശയ ങ്ങൾ ഒന്നോ രണ്ടോ വാചകങ്ങളിൽ പ്രത്യേകം എഴുതി യെടുക്കു. ഒരു ചാർട്ടാക്കിയാലും മതി. എന്നിട്ട് അതിനെ അടിസ്ഥാനമാക്കി സംസാരിക്കുക. ഓരോ പോയിന്റും അവതരിപ്പിച്ച് വിശദീകരിക്കുക. വേണമെങ്കിൽ കൂടുതൽ ഉദാഹരണങ്ങൾ പറയാം. ഇങ്ങനെ സംസാരഭാഷയിൽ ലളിതമായി സദസ്യരുടെ മുഖത്തുനോക്കി അവതരിപ്പി ച്ചാൽ കൂടുതൽ ആകർഷകമാകും." ടീച്ചർ വിശദീക രിച്ചു. അതുകേട്ടപ്പോൾ അപുവിനൊരു അങ്കലാപ്പ്. പരിഭ്രമം.

"എനിക്കതിനൊക്കെ കഴിവുണ്ടോ ടീച്ചർ?" അപു അൽപ്പം ഭയത്തോടെ ചോദിച്ചു.

"ആരും ജനിക്കുമ്പോൾ ഈ കഴിവുകളും കൊണ്ടല്ല ജനിക്കുന്നത്. കഴിവുകൾ ഉണർത്തി വളർത്തണം. പരി ശീലനം കൊണ്ടേ അവതരണ വൈദഗ്ധ്യം ഉണ്ടാകൂ. ധൈര്യമായി അവതരിപ്പിച്ചോളൂ. ഞാനല്ലേ മോഡറേറ്റർ.

വേണ്ടി വന്നാൽ ഞാൻ സഹായിക്കാം." ടീച്ചറുടെ വാക്കുകൾ കേട്ടതോടെ അപ്പുവിന് ധൈര്യമായി. അവൻ അവനെഴുതിയ പ്രബന്ധം ശ്രദ്ധിച്ചു പല പ്രാവശ്യം പഠിച്ചു. പ്രധാന ആശയങ്ങൾ ക്രമമായി എഴുതി ഒരു ചാർട്ടുണ്ടാക്കി. അത് ദാ ഇങ്ങനെയായിരുന്നു.

ഐ റ്റി യുഗത്തിലെ ശാസ്ത്രം: അവസരങ്ങളും വെല്ലുവിളികളും

മുഖ്യ ആശയങ്ങൾ

(1) മനുഷ്യചരിത്രം വിപ്ലവങ്ങളുടെ ചരിത്രം. വ്യവസായ വിപ്ലവം ഉദാഹരണം. ഈ യുഗം ശാസ്ത്ര സാങ്കേതിക (ഐ റ്റി) വിപ്ല വയുഗം

(2) ശാസ്ത്രസുനാമി ലോകത്തെ മാറ്റി മറിച്ചി രിക്കുന്നു. സമസ്ത മണ്ഡലങ്ങളെയും സ്വാധീനിച്ചിരിക്കുന്നു.

(3) വിവര സാങ്കേതിക വിദ്യ – വിവര വിസ്ഫോടനം – ഐ റ്റി യുഗം – ലോകം ഗ്ലോബൽ വില്ലേജ്! എന്നാൽ ഐ റ്റി ശാസ്ത്ര സാങ്കേതിക സമുദ്രത്തിന്റെ ഒരു ചെറിയ മേഖല മാത്രം.

(4) ബഹുരാഷ്ട്രകുത്തകകൾ വിവരങ്ങളുടെ കുത്തകകൾ? വെല്ലുവിളിയായി കാണണം. വരമായി കാണണം. ഗ്ലോബൽ ലെവൽ പഠനംവഴി കുത്തക പൊളിക്കാം.

(5) അടിസ്ഥാനശാസ്ത്ര പഠനം തന്നെ പ്രധാനം.

(6) കൃഷിയും പാരമ്പര്യവ്യവസായങ്ങളും അവഗണി
ക്കപ്പെടരുത്.

(7) വിമോചനം വിദ്യാഭ്യാസം വഴി.

അറിവു നേടിയാൽ പോരാ: അറിവു സൃഷ്ടിക്കു
ന്നവരായി വളരണം.

*   *   *   *

പ്രബന്ധത്തിലെ ആശയങ്ങൾ അടുക്കി എഴുതിയ
പ്പോൾ എല്ലാം വളരെ ലളിതമാണ് എന്ന് അപുവിന് മന
സ്സിലായി. എന്നാലും ക്ലാസിൽ പ്രബന്ധം അവതരിപ്പി
ച്ചപ്പോൾ ആദ്യമൊക്കെ അൽപ്പം പരിഭ്രമം തോന്നി. പി
ന്നെ അതൊക്കെ മറന്നു. ആശയങ്ങൾ അതിരസക
രമായി അവതരിപ്പിക്കുന്നതിലായി ശ്രദ്ധ. മുഖ്യആശയ
ങ്ങൾ വലിയ ഒരു കടലാസിലെഴുതി ബോർഡിൽ തൂക്കി
യിരുന്നു. ഇടയ്ക്ക് അതിലേക്കു നോക്കിയതും അവത
രണം എളുപ്പമാക്കി.

ചർച്ച വളരെ സജീവവും രസകരവുമായിരുന്നു.
പൊതുവെ എല്ലാവരും പ്രബന്ധത്തിലെ ആശയങ്ങളെ
സ്വാഗതം ചെയ്തു. എന്നാൽ രാഷ്ട്രീയകാര്യങ്ങളിൽ
വലിയ താൽപര്യമുണ്ടായിരുന്ന രാമു ഒരു ആശയം
ശക്തമായി അവതരിപ്പിച്ചു. ബഹുരാഷ്ട്ര കുത്തകകളെ
പൊളിക്കാൻ ചൈനയിലെയും ഇന്ത്യയിലെയും മറ്റും
യുവാക്കൾ മിടുക്കരായാൽ മാത്രം പോരാ. അവർ
ഗ്ലോബൽ നിലവാരത്തിൽ പഠിച്ച് കണ്ടെത്തലുകൾ
നടത്തി വിജ്ഞാന വിസ്ഫോടനത്തിന്റെ മുൻനിരക്കാ
രാവുക തന്നെ വേണം. പക്ഷേ അതോടൊപ്പം രാഷ്ട്രീ
യമായ അവബോധവും വളർത്തണം. ലാഭം മാത്രം
നോക്കി പ്രവർത്തിക്കുന്ന കുത്തകകളുടെ രാഷ്ട്രീയം

തിരിച്ചറിഞ്ഞ് പ്രതിരോധിക്കാനുള്ള സാമൂഹ്യബോധ വും യുവാക്കൾ ആർജിക്കേണ്ടതുണ്ട്... അങ്ങനെ പോയി രാമുവിന്റെ വാദം. ടീച്ചറും അത് അനുകൂലിച്ചു.

പാറു മറ്റൊരു പോയിന്റ് ഉന്നയിച്ചു. "മനുഷ്യൻ നന്നാകാൻ ശാസ്ത്രസാങ്കേതിക വിദ്യകളും ഐ റ്റിയും വളർന്നാൽ മാത്രം മതിയോ?" അപുവിന്റെ പ്രബന്ധാ വതരണം മറ്റൊരു കാര്യത്തെപ്പറ്റിയും സൂചിപ്പിക്കാ ഞ്ഞത് ഒരു പരിമിതിയായില്ലേ?"

അപ്പോൾ മോഡറേറ്ററായ ടീച്ചർ ഇടപെട്ടു. "ഐ റ്റി യുഗത്തിലെ ശാസ്ത്രം സംഭാവന ചെയ്തിരിക്കുന്ന അവസരങ്ങളെക്കുറിച്ചും വെല്ലുവിളികളെക്കുറിച്ചുമല്ലേ അപു സംസാരിച്ചത്? സെമിനാർ വിഷയത്തിൽ ഒതുങ്ങി നിന്നു സംസാരിച്ചത് ഒരു കുറ്റമായി കാണേണ്ട. ഇരുപ തു മിനിറ്റിനുള്ളിൽ അവതരിപ്പിക്കാവുന്നതിലധികം ആശയങ്ങൾ അവതരിപ്പിച്ചില്ലേ? അത് ഒരു വിജയം തന്നെയായിരുന്നു."

പക്ഷേ പാറു വിട്ടില്ല.

"അവതരണം പരാജയമായിരുന്നു എന്നു ഞാൻ പറഞ്ഞില്ലല്ലോ ടീച്ചർ? എന്റെ സംശയത്തിന് ഒരു മറുപടി മോഡറേറ്റർ ആയ ടീച്ചർ പറഞ്ഞാൽ മതി."

സെമിനാർ ഉപസംഹരിച്ചുകൊണ്ട് ടീച്ചർ സംസാ രിച്ചപ്പോൾ അവതാരകനേയും മറ്റുള്ളവരേയും പ്രശം സിച്ചു. സെമിനാറിലെ ചർച്ചാവിഷയത്തെപ്പറ്റി കൂടുതൽ കാര്യങ്ങളും പറഞ്ഞു. അവസാനം പാറുവിനുള്ള മറുപടിയും പറഞ്ഞു.

"ആവേശകരമാണ് മനുഷ്യചരിത്രത്തിന്റെ കഥ. മനുഷ്യന്റെ വളർച്ചയുടെ വിവിധ ഘട്ടങ്ങളിൽ അവൻ പല പല മേഖലകളിൽ പ്രവർത്തിച്ചിട്ടുണ്ട്. പുരോഗതി

നേടിയിട്ടുമുണ്ട്. ശാസ്ത്ര സാങ്കേതിക രംഗം അതിലൊ
ന്നു മാത്രമാണ്. അതു മാത്രമല്ല മനുഷ്യ സംസ്കാര
ചരിത്രത്തിന്റെ നേട്ടം. മനുഷ്യ സംസ്കാരത്തെ ഒരു വൻ
വടവൃക്ഷമായിക്കാണാം. ആഴത്തിൽ വേരോടി
ആകാശത്തേക്കു കൈകൾ ഉയർത്തി നിൽക്കുന്ന ആ
മഹത്തായ സംസ്കാരവൃക്ഷത്തിലെ ഒരു പ്രധാന ശാഖ
യാണ് ശാസ്ത്ര സാങ്കേതിക വിദ്യകൾ. അതുമാത്രം
വളർന്നാൽ പോരാ. സംസ്കാരത്തിന്റെ എല്ലാ
ശാഖകളും വളരുക തന്നെ വേണം. അപ്പോൾ മാത്രമേ
പൂർണ്ണത നേടിയ മനുഷ്യരായി നാം ഉയരൂ. വിദ്യാ
ഭ്യാസം അതിനുതന്നെയാണ്: സമഗ്രമായ വ്യക്തിത്വ
വികാസത്തിന്."

സെമിനാർ കഴിഞ്ഞ് പിരിഞ്ഞപ്പോൾ എല്ലാവരും
വലിയ സന്തോഷത്തിലായിരുന്നു. എല്ലാവരുടെയും
ഉള്ള് നിറഞ്ഞതുപോലെ. ഉള്ളിൽ കൂടുതൽ വെളിച്ചം
വന്നതുപോലെ.

"ഒരു വർഷം പഠിക്കുന്നതിലേറെ ഒരു ദിവസത്തെ
സെമിനാർ കൊണ്ടു നേടാം!" കൊച്ചുമുഹമ്മദ് ഒരു
തമാശ പറഞ്ഞു. പക്ഷേ അത് വെറും ഒരു തമാശയല്ല
എന്ന് എല്ലാവർക്കും അറിയാമായിരുന്നു. സെമിനാർ
അത്ര നല്ല ഒരു പഠനമാധ്യമമായി അവർക്ക് അനുഭവ
പ്പെട്ടു.

7

പഠനത്തിന്റെ രഹസ്യങ്ങൾ

സെമിനാർ കഴിഞ്ഞിട്ടും എല്ലാ കാന്താരിക്കു ട്ടികളും സെമിനാറിന്റെ ലഹരിയിലായിരുന്നു. അടുത്ത ദിവസം ടീച്ചർ ക്ലാസിൽ ചെന്നപ്പോഴും എല്ലാവരും സെമിനാറിനെപ്പറ്റി സംസാരിക്കുകയായിരുന്നു. എല്ലാ വർക്കും സെമിനാറിൽ പ്രബന്ധം അവതരിപ്പിക്കണം! തന്റെ കാന്താരിക്കുട്ടികളുടെ ആവേശം കണ്ടപ്പോൾ ടീച്ചർക്ക് വലിയ സന്തോഷം തോന്നി. ടീച്ചർ പറഞ്ഞു.

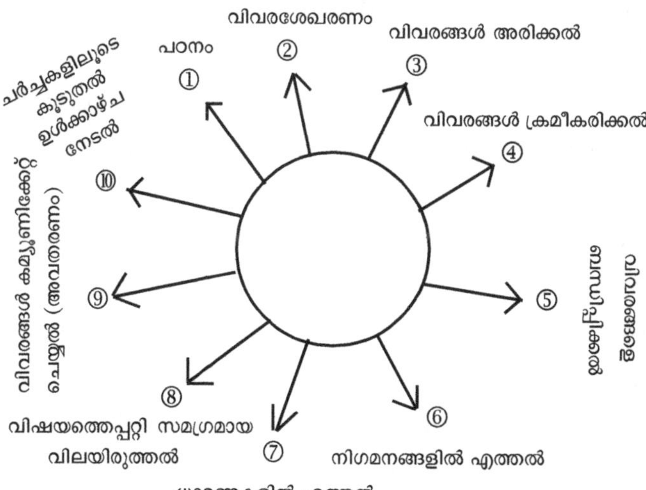

"ശ്രദ്ധിക്കുക. ഡിബേറ്റും സിമ്പോസിയവും എല്ലാം രസകരമായ പഠനത്തിനുള്ള വഴികൾ ആണ്. ഒരു വിഷയത്തെപ്പറ്റി പഠിക്കാനും, വിവരങ്ങൾ ശേഖരിക്കാനും, ശേഖരിച്ച വിവരങ്ങളിൽ നിന്ന് പ്രസക്തമായവ മാത്രം അരിച്ചെടുക്കാനും, അടുക്കാനും, ബന്ധിപ്പിക്കാനും, അങ്ങനെ ശരിയായ ധാരണകളിലെത്താനും, ആ ധാരണകൾ ആകർഷകമായി അവതരിപ്പിക്കാനും ഉള്ള പരിശീലനമാണ് ഈ പ്രവർത്തനങ്ങളിലൂടെ ലഭിക്കുന്നത്."

"അയ്യോ ടീച്ചറേ! ഒറ്റ ശ്വാസത്തിൽ എങ്ങനെയാ ഇത്രയും കാര്യങ്ങൾ തെറ്റാതെ, പടിപടിയായി പറയാൻ പറ്റുന്നത്?" കൊച്ചുമുഹമ്മദ് ടീച്ചറുടെ നീണ്ട വാചകം കേട്ട് അത്ഭുതപ്പെട്ട് ചോദിച്ചു.

"അതും കമ്യൂണിക്കേഷന്റെ ഒരു കളിയാണു കാന്താരീ. നിങ്ങൾ അത്ര നീണ്ട വാചകമൊന്നും പറയാൻ ഇപ്പോൾ ശ്രമിക്കേണ്ട. ഞാൻ പറഞ്ഞ പോയിന്റുകൾ ഓർത്താൽ മതി. സെമിനാറും ഡിബേറ്റും സിമ്പോസിയവും എല്ലാം സംഘപ്രവർത്തനമാക്കുന്നതാണ് നല്ലത്. പ്രത്യേകിച്ചും സ്കൂളിൽ. ഒന്നിച്ചുകൂടി സഹകരിച്ചു പ്രവർത്തിക്കാനും അപ്പോൾ പഠിക്കും. വിവരശേഖരണവും വിലയിരുത്തലും മറ്റും എളുപ്പവുമാകും." ടീച്ചർ വിശദീകരിച്ചു.

"അപ്പോൾ സെമിനാറിന്റെ വിഷയം നിശ്ചയിച്ചാൽ എല്ലാവരും തയ്യാറെടുക്കണോ?" രാമു സംശയം ചോദിച്ചു.

"വേണം. സ്കൂളുകളിൽ അങ്ങനെതന്നെ വേണം. നമ്മുടെ ക്ലാസിൽ നാൽപതു പേരല്ലേ ഉള്ളത്? അഞ്ചോ ആറോ ഗ്രൂപ്പുകളാക്കാം നിങ്ങളെ. എല്ലാ ഗ്രൂപ്പും സെമിനാറിന്റെ മുഴുവൻ വശങ്ങളും പഠിക്കണം. വിഷയം സമഗ്രമായി മനസ്സിലാക്കണം. പക്ഷേ സൗകര്യത്തിനായി ഓരോ ഗ്രൂപ്പിനും ഒരു ഉപവിഷയം അവതരണത്തിന് നൽകും.

അപ്പോൾ ആ ഉപവിഷയം ആ ഗ്രൂപ്പ് സമഗ്രമായി

പഠിച്ച് പ്രബന്ധം തയ്യാറാക്കി അവതരണത്തിനു തയ്യാറാകണം. ഓരോ ഗ്രൂപ്പിലും ഒരാൾ വീതം അവതര ണം നടത്താം. മറ്റുള്ളവർ സഹായിക്കാം. എന്നാൽ എല്ലാവരും ഒറ്റക്കൊറ്റയ്ക്ക് സെമിനാർ കുറിപ്പ് ഉണ്ടാ ക്കണം. അവതരണവേളയിൽ ഉന്നയിക്കപ്പെട്ട പോയി ന്റുകൾ ആണ് കുറിപ്പിൽ ഉണ്ടാകേണ്ടത്. അത് പരിശോ ധിച്ച് എനിക്ക് നിങ്ങളെ വിലയിരുത്തി ഗ്രേഡ് ചെയ്യാമ ല്ലോ." ടീച്ചർ തന്റെ പരിപാടി വിവരിച്ചു.

"അത് നല്ല ഐഡിയ തന്നെയാണു ടീച്ചർ. എല്ലാ ചെറുപ്രബന്ധങ്ങളേയും കൂട്ടിച്ചേർത്താൽ സെമിനാർ വിഷയത്തിന്റെ സമഗ്രമായ കാഴ്ചപ്പാടായി; അല്ലേ?"

"അത്രേ ദീപൂ. സെമിനാറിനു മുൻപുതന്നെ പ്രബന്ധ ങ്ങളുടെ കോപ്പി എല്ലാവർക്കും നൽകാനായാൽ വളരെ നല്ലതാണ്. പക്ഷേ അതിനുള്ള ചെലവു താങ്ങാനാകാത്ത വിദ്യാലയങ്ങളിൽ അത് ഒഴിവാക്കാം." ടീച്ചർ പറഞ്ഞു.

"ഞാനൊരു വ്യക്തിത്വവികസന ക്യാമ്പിൽ പോയി രുന്നു ടീച്ചർ. അവിടെ സെമിനാറിനും ചർച്ചക്കുമെല്ലാം കമ്പ്യൂട്ടറും ഉപയോഗിച്ചിരുന്നു. പവർ പോയിന്റ് പ്രസന്റേഷനായിരുന്നു. എൽ സി ഡി പ്രൊജക്ടർ വച്ച്. ഓരോ പോയിന്റും പ്രൊജക്ട് ചെയ്യും. എന്നിട്ട് വിശദീ കരിക്കും, രസകരമായ ചിത്രീകരണവും പ്രൊജക്ട് ചെയ്തിരുന്നു. ചാർട്ടും ചിത്രവും ഒക്കെ ഉപയോഗി ച്ചിരുന്നു. പെട്ടെന്ന് മനസ്സിലാകും. കൂടുതൽ രസകരമാ യിത്തോന്നി." ദീപു തന്റെ ഒരു അനുഭവം വിവരിച്ചു.

"നമ്മുടെ സ്കൂളിലും ഭാവിയിൽ അതൊക്കെ സാധ്യമാകും. അപ്പോൾ സെമിനാറുകൾ മാത്രമല്ല, സാധാരണ ക്ലാസുകൾ പോലും രസകരമാക്കാനാകും. ഏറ്റവും പുതിയ വിവരങ്ങൾ നൽകുന്ന ഇന്റർ ആക്ടീവ് സി ഡി കൾ എല്ലാ വിഷയങ്ങളിലും ലഭ്യമാണ്. എഡ്യൂ

ക്ഷേണൽ ടെക്നോളജി വളർന്നിരിക്കുന്നു. ഭാവിയിൽ കുട്ടികൾ വീട്ടിലിരുന്നാകും കൂടുതൽ പഠിക്കുക. ലോകത്തെ പ്രഗൽഭരായ അദ്ധ്യാപകരും ശാസ്ത്രജ്ഞന്മാരും കലാ കാരന്മാരും രാഷ്ട്രീയ നേതാക്കന്മാരും മറ്റും കുട്ടിക ളോട് നേരിട്ടു ബന്ധപ്പെടും. പഠനം ഗ്ലോബൽ ലെവലിൽ ഉയരും." ടീച്ചർ ഭാവിയെ സ്വപ്നംകണ്ടു പറഞ്ഞു.

"ഇന്ത്യക്ക് ഇപ്പോൾ തന്നെ എഡ്യൂസാറ്റ് ഉപഗ്രഹ മുണ്ടല്ലോ. എല്ലാ വിദ്യാലയങ്ങളിലും ഇന്റർനെറ്റ് സൗക ര്യമുണ്ടാക്കി ഈ ലേണിങ്ങിലേക്കു നമുക്കു പോകാ നാകും." പാറുവും ടീച്ചറെ അനുകൂലിച്ചു പറഞ്ഞു.

"എഡ്യൂക്കേഷണൽ ടെക്നോളജി എന്നൊരു സംഗ തി ഉണ്ട് എന്ന് ഇപ്പോഴാണ് ടീച്ചർ ഞാൻ മനസ്സിലാ ക്കുന്നത്. ഉപഗ്രഹങ്ങൾ ഉപയോഗിച്ച് വിവരങ്ങൾ

ലോകമെങ്ങും അനായാസം എത്തിക്കാനുമാകും. അപ്പോൾ ഉയർന്ന നിലവാരത്തിലുള്ള പഠനം ഏതു ഗ്രാമത്തിലും ലഭ്യമാവുകയയും ചെയ്യും; അല്ലേ ടീച്ചർ?" കൊച്ചുമുഹമ്മദ് കേട്ടതൊക്കെ ഒന്ന് ആവർത്തിച്ച് ഉറപ്പിക്കാനായി ചോദിച്ചു.

"കൊച്ചുമുഹമ്മദ് പറഞ്ഞതൊക്കെ ശരിയാണ്." ടീച്ചർ സമ്മതിച്ചു.

"പക്ഷേ..." എന്തോ പറയാൻ തുടങ്ങിയിട്ട് പറയാൻ മടിച്ച് കൊച്ചുമുഹമ്മദ് നിർത്തിക്കളഞ്ഞു! അവന്റെ മുഖത്തൊരു കള്ളച്ചിരി കളിയാടിയിരുന്നു. അതുകണ്ട് എല്ലാവരും ചിരിച്ചു. ടീച്ചറും ചിരിച്ചുകൊണ്ട് ചോദിച്ചു.

"എന്താ കാന്താരിലീഡർ ചോദിക്കാനാഗ്രഹിക്കുന്നത്? കള്ളച്ചിരിയൊന്നും വേണ്ട. ധൈര്യമായി ചോദിച്ചോളൂ."

"പക്ഷേ എന്തു ടെക്നോളജി വന്നാലും അവസാ നം പഠിക്കുകയെന്ന ഗുലുമാല് നമ്മൾ തന്നെ ചെയ്യേ ണ്ടേ? അതിന് മാന്ത്രിക ടെക്നോളജിയോ കുറുക്കു വഴിയോ ഉണ്ടോ? അറിവ് കുത്തിവെയ്ക്കാനോ ഹിപ് നോട്ടൈസ് ചെയ്ത് തലയിൽ കയറ്റാനോ മറ്റോ വല്ല ടെക്നോളജിയും ഉണ്ടോ?"

കൊച്ചുമുഹമ്മദിന്റെ കുസൃതിച്ചോദ്യം കേട്ട് എല്ലാ വരും പൊട്ടിച്ചിരിച്ചുപോയി. ചിരി അമർത്തിക്കൊണ്ട് ടീച്ചർ പറഞ്ഞു.

"അറിവ് കുത്തിവച്ച് പകരാനുള്ള ടെക്നോളജി അടുത്തകാലത്തൊന്നും കണ്ടുപിടിക്കും എന്ന് ബഹുമാനപ്പെട്ട ലീഡർ പ്രതീക്ഷിക്കേണ്ട. അതിനാൽ ഇന്നറിവുള്ള രീതികളിൽ അറിവ് നേടാൻ നോക്കണം."

"അപ്പോൾ വായനയും പഠനവും തുടരാതെ പറ്റില്ല; അല്ലേ?" കൊച്ചുമുഹമ്മദ് ദുഃഖം അഭിനയിച്ചുകൊണ്ട് ചോദിച്ചു.

"വായനയും വായിക്കുമ്പോൾ ലഭിക്കുന്ന ആശയ ങ്ങളെപ്പറ്റി ചിന്തിച്ച് വിഷയത്തിന്റെ ആഴത്തിലേയ്ക്ക് മുങ്ങി കാര്യങ്ങൾ ശരിയായി മനസ്സിലാക്കലും പഠനത്തിന്റെ പരമപ്രധാനമായ ഭാഗം തന്നെയാണ്." ടീച്ചർ പറഞ്ഞു.

"വായനയും മനനവും എന്ന് ചുരുക്കി പറഞ്ഞാൽ പോരേ ടീച്ചർ?" അപർണ കിറുകൃത്യമായി ചോദിച്ചു.

"മതി മതി. വായന. മനനം. അതായത് യുക്തി പൂർവം ചിന്തിച്ചുകൊണ്ടുള്ള ധ്യാനം. അങ്ങനെ ആശയ ങ്ങളെ തൂക്കി, തുലനം ചെയ്ത്, തരംതിരിച്ച്, അടുക്കി, അരിച്ച് കാര്യകാരണസഹിതം കാര്യങ്ങൾ മനസ്സിലാ ക്കണം. ചർച്ചയും ഇതിനു സഹായിക്കും. പഴയ ഗുരു

കുല സമ്പ്രദായത്തിൽ ഗുരുവും ശിഷ്യരും ഒന്നിച്ചിരുന്ന സംവാദരൂപത്തിൽ പഠിച്ചിരുന്നത് നല്ല ചർച്ചകൾക്ക് ഉദാഹരണങ്ങളാണ്. ഇങ്ങനെയുള്ള പഠനം നടക്കണം. അതിന് പഠിച്ചു പരിശീലിക്കുകയേ വഴിയുള്ളൂ. "ടീച്ചർ പഠനത്തിന്റെ മറ്റൊരു വശം വിവരിച്ചു.

"അപ്പോൾ വായിച്ചു പഠിക്കാനും പഠിക്കാനുണ്ട്; അല്ലേ? വെറുതെ പുസ്തകം തുറന്ന് പാഠം ഒരറ്റം മുതലങ്ങ് വായിച്ച് ഓടിപ്പോയാൽ പോരാ; അല്ലേ? അങ്ങനെ വാലും തുമ്പുമില്ലാതെ വായിച്ചു വിടുന്നതു കൊണ്ടാകാം എന്റെ പഠനം മോശമായിപ്പോകുന്നത്." കൊച്ചുമുഹമ്മദ് ആലോചനയോടെ പറഞ്ഞു.

"പഠിക്കാൻ പഠിക്കണം മോനെ, വായിച്ചു പഠിക്കാനും പഠിക്കണം. പഠനത്തെപ്പറ്റിയും വേണം ഒരു ശാസ്ത്രീയമായ കാഴ്ചപ്പാട്." ടീച്ചർ പറഞ്ഞു.

"വന്നല്ലോ ടീച്ചറുടെ ശാസ്ത്രീയ സമീപനം" കൊച്ചുറാണി ഒരു കമന്റടിച്ചു കുലുങ്ങിച്ചിരിച്ചു.

"എന്താ ശാസ്ത്രീയ സമീപനമെന്നും യുക്തിചിന്ത എന്നുമൊക്കെ ഞാൻ പറയുമ്പോൾ കൊച്ചുറാണി ക്കൊരു ചിരി? എന്തിനേയും ശാസ്ത്രീയമായി സമീപി ക്കണം. പഠനത്തേയും അങ്ങനെ സമീപിക്കണം. പഠന ത്തിന് പല വഴികളുണ്ട്. എല്ലാ വഴികളിലൂടെയും പഠിച്ചാ ലെ പഠനത്തിനു പൂർണ്ണതയുണ്ടാകൂ. പഠന പ്രവർത്തന ങ്ങളിലൂടെ പഠിക്കുന്ന കാര്യം ഞാൻ പലപ്രാവശ്യം പറഞ്ഞിട്ടുണ്ട്. എന്നുവച്ച് വായിച്ചു പഠിക്കേണ്ട എന്നല്ല അർഥം. വായിച്ച് ചിന്തിച്ച് ആശയങ്ങൾ ഉൾക്കൊണ്ടുള്ള പഠനം പഠനത്തിന്റെ പ്രധാന രീതിയാണ്. അതും ശാസ് ത്രീയമാകണം. ഒരു പാഠമെടുത്താൽ അത് എന്തിനെ പ്പറ്റിയാണ് എന്നു മനസ്സിലാക്കണം. അതിലെ മുഖ്യ ആശയങ്ങൾ എന്തൊക്കെ എന്ന് പരിശോധിക്കണം.

അത് പാഠം ആകപ്പാടെ ഓടിച്ചു നോക്കിയാൽ മനസ്സി ലാകും. പിന്നെ വിശദമായി വായിച്ച് ഓരോ മുഖ്യ ആശയത്തിലുമുള്ള ഉപആശയങ്ങൾ കണ്ടെത്തണം."

"കേട്ടിട്ട് ഇത് ഒരു ഡിറ്റക്ടീവ് വർക്കുപോലെയുണ്ട ല്ലോ." കൊച്ചുമുഹമ്മദ് അത്ഭുതത്തോടെ പറഞ്ഞു പോയി.

"ശരിയാണു കൊച്ചുമുഹമ്മദേ. പാഠം പരന്നു കിട ക്കുകയാണ്. ഒരു ഡിറ്റക്ടീവ് ഒരു കുറ്റകൃത്യം നടന്ന യിടം പരിശോധിക്കുമ്പോലെ നാം പാഠം വായിച്ച് വിശ കലനം ചെയ്ത് ആശയങ്ങളെ കണ്ടുപിടിക്കുന്നു. ആശ യങ്ങളാണ് പ്രധാനം. ഒരു മരത്തിന് തായ്ത്തടിയും ശാ ഖകളും ഉപശാഖകളും ചില്ലകളും ഇലകളും പൂക്കളുമു ള്ളതുപോലെ ഒരു പാഠത്തിലും ഒരു മുഖ്യആശയവും അവയുമായി ബന്ധപ്പെട്ട പ്രധാന ആശയങ്ങളും അവ യുമായി ബന്ധപ്പെട്ട നുറുങ്ങ് ആശയങ്ങളും കാണും. ഇവ കണ്ടുപിടിക്കുന്ന ഡിറ്റക്ടീവാകണം വിദ്യാർഥി. ബുദ്ധിപൂർവ്വമുള്ള വായനയും മനനവും വഴിയേ ഇതു സാധിക്കൂ. അതിന് ബോധപൂർവ്വം നാം പരിശീലിക്കുക തന്നെ വേണം. നിങ്ങളെല്ലാം മിടുക്കരാണ്. സാവധാനം ഇങ്ങനെ പഠിക്കാൻ പഠിച്ചാൽ മതി. എനിക്ക് അങ്ങനെ പഠിക്കാനാകും എന്ന ആത്മവിശ്വാസത്തോടെ പഠിച്ചാൽ മതി." ടീച്ചർ എല്ലാവരേയും ആശ്വസിപ്പിച്ചു.

"പഠനപ്രവർത്തനങ്ങളിലൂടെ ഈ ആശയങ്ങൾ കൂടു തൽ എളുപ്പം ഉൾക്കൊള്ളുകയും ചെയ്യും; അല്ലേ ടീച്ചർ?"

"അതെ. പഠനപ്രവർത്തനങ്ങളിലൂടെ അനുഭവിച്ചു പഠിക്കുമ്പോൾ ആശയങ്ങൾക്ക് വ്യക്തത കൂടും. ആശയം അനുഭവിച്ച് ഉള്ളിലുറയ്ക്കും. പഠനം ആവേശകരമാകും. അതിലളിതവുമാകും." ടീച്ചർ പഠന രഹസ്യം അങ്ങനെ വിശദീകരിച്ചു.

8

ശാസ്ത്ര സമുദ്രത്തിലൊരു കുളി

ചില ദിവസം ടീച്ചർ ഒരു കളിമൂഡിലായിരിക്കും. അന്ന് ക്ലാസിൽ ആക്ടിവിറ്റികളുടെ പുരമായിരിക്കും. ഓരോ ആക്റ്റിവിറ്റിയും കുട്ടികൾ തന്നെ ചെയ്തു രസിക്കും. അതോടെ ഒരു ശാസ്ത്രതത്ത്വം നന്നായി ഉള്ളിൽ ഉറയ്ക്കുകയും ചെയ്യും.

അങ്ങനെയൊരു ദിവസം ടീച്ചർ ക്ലാസിൽ കയറിയ ഉടനെ എല്ലാ കാന്താരിക്കുട്ടികളേയും നോക്കി നന്നായൊന്നു ചിരിച്ചു. ചിരി പകരും. ടീച്ചർ ചിരിച്ചപ്പോൾ കുട്ടികളും ചിരിച്ചു. ചിരിയുടെ ഒരു നിലാവ് ക്ലാസിൽ പരന്നതുപോലെ കുട്ടികൾക്കു തോന്നി. ഓരോ മുഖവും ഒരു പൂർണ്ണചന്ദ്രനെപ്പോലെ... ചുറ്റും സന്തോഷത്തിന്റെയും ആത്മവിശ്വാസത്തിന്റെയും നിലാവു പരത്തിയതു പോലെ. അതോടെ കുട്ടികൾ അറിവിൽ മുങ്ങാനുള്ള മനസ്സുമായി, പുതിയ അനുഭവങ്ങൾക്കായി കാത്തിരുന്നു.

ടീച്ചർ അപ്പോൾ ടീച്ചറുടെ ബാഗിൽ നിന്നും എട്ടുപത്ത് ഒറ്റരൂപാത്തുട്ടുകൾ എടുത്തു. മേശപ്പുറത്ത് ഒന്നിനു മുകളിൽ മറ്റൊന്നായി കുത്തനെ അടുക്കിവച്ചു.

"ടീച്ചറെന്താ ഒരു മാജിക് കാണിക്കാൻ പോവുക യാണോ?" കൊച്ചുറാണി ഒരു സംശയം ചോദിച്ചു. ടീച്ചർ മറ്റൊരു ഒറ്റരൂപാത്തുട്ട് അൽപ്പം മാറ്റിവച്ചിട്ട് ചിരിച്ചുകൊണ്ടു പറഞ്ഞു.

"നിങ്ങൾക്ക് ഒരു മാജിക്കിനുള്ള അവസരം തരുക യാണ്. ദാ ഈ നാണയത്തുട്ടുകളുടെ അടുക്കു കണ്ടോ? അതിന്റെ ഏറ്റവും അടിയിലുള്ള നാണയം എടുത്തു തരണം. മറ്റു നാണയങ്ങളെ തൊടരുത്. അവ മറിഞ്ഞു വീഴുകയുമരുത്."

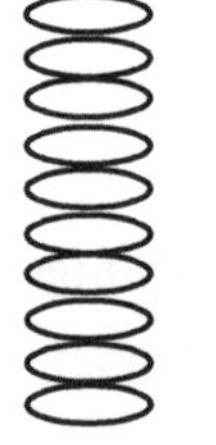

എല്ലാ കാന്താരിക്കുട്ടികളും ആലോചനയിൽ മുഴുകി. അടിയിലെ നാണയത്തിൽ പിടിച്ചു വലിച്ചാൽ മുകളിലുള്ളവ മറിഞ്ഞുവീഴും. മറിഞ്ഞു വീഴാതിരിക്കാൻ അവയെ പിടിച്ചുകൊണ്ടിരുന്നാൽ മതി. പക്ഷേ അവയെ തൊടാൻ ടീച്ചർ സമ്മതിക്കില്ല. പിന്നെ എന്താണൊരു വഴി? ഒരു വഴിയും കാണാതെ കാന്താരികൾ കുഴങ്ങു.

അപ്പോൾ ടീച്ചർ പറഞ്ഞു. "എല്ലാ കാന്താരികളും ഇങ്ങോട്ടു ശ്രദ്ധിച്ചു നോക്കിയിരിക്കൂ."

ടീച്ചർ ടീച്ചറുടെ വലതുകൈയിലെ ചൂണ്ടുവിരൽ ഒറ്റക്കിരുന്ന നാണയത്തിൽ തൊട്ടു. ആ നാണയത്തെ അതിശക്തമായി, നാണയക്കൂട്ടത്തിലെ അടിയിലെ നാണയത്തിലേക്ക് തട്ടി വിട്ടു. കാരംസ് കളിക്കുമ്പോൾ സ്ട്രൈക്കർ കൊണ്ട് കോയിനുകളെ തട്ടുംപോലെ.

ഒറ്റയാൻ നാണയം ചീറിപ്പാഞ്ഞുചെന്ന് അടിയിലെ നാണയത്തിലിടിച്ചു. അത് തെറിച്ചു മാറി. മറ്റുള്ളവ മറി യാതെ മേശപ്പുറത്ത് കുത്തനെ നിൽക്കുകയും ചെയ്തു!

എന്തൽഭുതം!

ടീച്ചർ ചിരിച്ചുകൊണ്ട് പറഞ്ഞു. "കാന്താരികളേ! **എല്ലാവരും അവരവരുടെ തലക്കുള്ളിലുള്ള ആ സൂപ്പർകമ്പ്യൂട്ടർ ഒന്ന് ഓണാക്കു. പ്രവർത്തിപ്പിക്കു. കാര്യകാരണ സഹിതം ചിന്തിക്കൂ.** ഞാൻ ഒരു നാണ യംകൊണ്ട് നാണയക്കൂട്ടത്തിലെ അടിയിലെ നാണയ ത്തെയാണല്ലോ തട്ടിയത്. അപ്പോൾ അത് തെറിച്ചു പോയി. ശരിയല്ലേ?"

"അതെ."

"പക്ഷേ... " ടീച്ചർ ബാക്കി ചോദിക്കാതെ നിർത്തി. ബാക്കി കാന്താരികൾ ചോദിക്കാനായിരുന്നു ആ തന്ത്രം.

"പക്ഷേ അപ്പോൾ അതിനു മുകളിലുള്ളവയും

എന്തുകൊണ്ട് ഒപ്പം ചലിച്ചില്ല?

എന്തുകൊണ്ടവ അങ്ങനെ ചലിച്ച് മറിഞ്ഞു വീണില്ല?" കൊച്ചുമുഹമ്മദ് പൂരിപ്പിച്ചു.

"ശരിയാണ്. അതാണു ചോദ്യം. താഴെയിരുന്ന നാണയത്തിന്മേലാണ് ഞാൻ തട്ടിയത്. ബലം പ്രയോഗിച്ചത്. അത് ചലിച്ചു. അത്രയും ശരി. ബാക്കി കാര്യങ്ങൾ നിങ്ങൾ ആലോചിച്ചു പറയുക." ടീച്ചർ കുട്ടികൾക്ക് ആലോചിക്കാൻ സമയം കൊടുത്തു.

"ഓ ഇപ്പോഴാണ് എനിക്ക് രഹസ്യം പിടികിട്ടിയത്." അപു എന്തോ കണ്ടുപിടിച്ച മട്ടിൽ പറഞ്ഞു.

"എന്താണാവോ അപുക്കുട്ടി കണ്ടുപിടിച്ച രഹസ്യം?" ടീച്ചർ തിരക്കി.

"അടിയിലെ നാണയത്തിനല്ലേ തട്ടുകിട്ടിയത്? അപ്പോൾ അതിന്മേൽ മാത്രമല്ലേ ബലം പ്രയോഗിച്ചു ള്ളൂ? അതിനാൽ അതുമാത്രം ചലിച്ചു." അപു പറഞ്ഞു.

"പക്ഷേ അതിനു മുകളിലിരുന്നവയൊന്നും കൂടെ ചലിക്കാഞ്ഞതെന്താണ്?" കൊച്ചുമുഹമ്മദ് ചോദിച്ചു.

"നമ്മൾ ന്യൂട്ടന്റെ ചലനനിയമങ്ങൾ പഠിച്ചിട്ടില്ലേ? ബലമാണ് ചലനമുണ്ടാക്കുന്നത്. ബലം നൽകാതെ ചല നമുണ്ടാകില്ല. എല്ലാ നാണയങ്ങളും വിശ്രമത്തിലാ യിരുന്നു. അനങ്ങാതിരിക്കുകയായിരുന്നു. അങ്ങനെ ഇരിക്കുന്നവ അങ്ങനെതന്നെ ഇരിക്കാനാണ് ഇഷ്ടപ്പെ ടുന്നത്. ചലിക്കാൻ ശ്രമിക്കാതെ അങ്ങനെ മടിച്ചിരിക്കും. അതിന്റെ പേരാണ് ജഡത്വം. Inertia." അപു പണ്ടു പഠിച്ചത് ഓർത്തു പറഞ്ഞു.

"ഓ ശരിയാണ്. കഴിഞ്ഞ വർഷം നമ്മൾ പഠിച്ച താണ്. കൊച്ചുറാണി സമ്മതിച്ചു.

"പെട്ടെന്ന് താഴെയുള്ള നാണയത്തിന് ബലം

കൊടുത്തു. അത് ചലിച്ചു. ആ നിമിഷം മറ്റുള്ളവ ചലിക്കാൻ മടിച്ചുനിന്നു. ജഡത്വംമൂലം പഴയ സ്ഥാനത്തു നിന്നു. താഴത്തെ നാണയം ഇല്ലാതായതോടെ അവ ഗുരുത്വാകർഷണം മൂലം താഴേയ്ക്കു ചെന്ന് മേശപ്പുറത്ത് ഇരുന്നു. മറിഞ്ഞുമില്ല. അതിനു കാരണവും ജഡത്വം." അപു കാര്യങ്ങൾ വിശദമാക്കി.

എല്ലാവർക്കും സന്തോഷമായി. ബലത്തെപ്പറ്റിയും ജഡത്വത്തെപ്പറ്റിയും പഴയ ടീച്ചർ പഠിപ്പിച്ചതാണ്. പക്ഷേ ഇത്തരം ആക്ടിവിറ്റിയൊന്നും കാണിച്ചിരുന്നില്ല. ഇപ്പോൾ ആക്ട്ടിവിറ്റിയിലൂടെ കാര്യം നേരിൽ കണ്ടു മനസ്സിലാക്കി. അതിൻ്റെ സന്തോഷമായിരുന്നു അവരുടെ മുഖത്ത്.

"ഇനി ഞങ്ങൾ തന്നെ ഇതൊന്നു ചെയ്തു നോക്കട്ടെ ടീച്ചർ" കൊച്ചുമുഹമ്മദ് പറഞ്ഞു.

"ശരി ശരി. കൈയിൽ നാണയത്തുട്ട് ഉള്ളവർ അതെടുത്ത് ചെയ്തു നോക്കൂ. ഇല്ലാത്തവർക്ക് എൻ്റെ

നാണയങ്ങൾ തരാം." ടീച്ചർ പറഞ്ഞു.

"അത് തിരിച്ചുതരണോ ടീച്ചർ?" രാമു ഒരു സംശയം ചോദിച്ചു.

"രാമു തിരിച്ചു തന്നില്ലെങ്കിൽ ഇന്ന് രാമുവിന്റെ വീട്ടി ലാക്കും താമസം. എനിക്കു തിരിച്ചു വീട്ടിൽ പോകാ നുള്ള വണ്ടിക്കൂലിയാണിത്." ടീച്ചർ പറഞ്ഞു.

"ടീച്ചർക്ക് ഞങ്ങളുടെയെല്ലാം വീട്ടിൽ വന്നു എപ്പോ ൾ വേണമെങ്കിലും താമസിക്കാം." പാറു ടീച്ചറെ ക്ഷണിച്ചു.

"രണ്ടോ മൂന്നോ പേരായി, ഗ്രൂപ്പുകളായി, നില ത്തിരുന്ന് ഈ ആക്ടിവിറ്റി ചെയ്തു നോക്കൂ. എല്ലാവരും ചെയ്ത് ബോധ്യപ്പെടണം." ടീച്ചർ നിർദേശിച്ചു.

എല്ലാവരും ആക്ടിവിറ്റിയിൽ മുഴുകി. എല്ലാവർക്കും ആ കളി ഇഷ്ടമായി. എല്ലാവരും ചെയ്തു ബോധ്യമായ പ്പോൾ ടീച്ചർ എല്ലാവരോടും അവരവരുടെ സീറ്റിൽ പോയി ഇരിക്കാൻ പറഞ്ഞു. പിന്നെ ചർച്ചയും നടത്തി. ഓരോരു ത്തരും ചെയ്തപ്പോഴുണ്ടായ അനുഭവങ്ങൾ അവർ വിവ രിച്ചു. അപ്പോഴാണ് ദീപു ഒരു രഹസ്യം പുറത്തുവിട്ടത്.

"ഞങ്ങളുടെ ഗ്രൂപ്പ് ഒരു കണ്ടുപിടുത്തം നടത്തി ടീച്ചർ."

"അതെന്താണ്?" എല്ലാവരും തിരക്കി.

"ടീച്ചർ നാണയമല്ലേ സ്ട്രൈക്കർ ആയി ഉപയോ ഗിച്ചത്? ഞങ്ങൾ ഒരു പെൻസിൽ കൊണ്ട് തട്ടിനോക്കി. സംഗതി ഏറ്റു."

"മിടുക്കൻ!" ടീച്ചർ അവനെ അഭിനന്ദിച്ചു.

"തീർന്നില്ല ടീച്ചർ. പെൻസിൽ ഉപയോഗിക്കാമെന്ന് ഞാനാണ് കണ്ടുപിടിച്ചത്. പെൻസിൽ കൊണ്ട് നാണയ ത്തെ ഇടിച്ചു തെറിപ്പിക്കാൻ ഞാനും രാമുവും അപർണ യും പരിശീലിച്ചു. അതിനിടെ ഒരു അത്ഭുതം സംഭവിച്ചു."

"അത്ഭുതമോ?"

"അതെ. യാദൃച്ഛികമായി ഒരു കണ്ടെത്തൽ. കളിക്കു ന്നതിനിടയിൽ അപർണ തമാശയ്ക്ക് നടുവിലെ നാണയ ത്തിൽ തട്ടിനോക്കി. തെറ്റിച്ചു ചെയ്ത് ഞങ്ങളെ ശുണ്ഠി പിടിപ്പിക്കാനായിരുന്നു അപർണയുടെ പരിപാടി. പക്ഷേ അപ്പോൾ ഒരു അത്ഭുതം സംഭവിച്ചു." ദീപു കഥ തുടർന്നു.

"എന്താണ് സംഭവിച്ചതെന്ന് ഞാൻ പ്രവചിക്കാം. ഞാൻ കണ്ടതല്ലെങ്കിലും ശാസ്ത്രീയമായി പ്രവചി ക്കാം." പാറു ഇടയ്ക്കു കയറി പറഞ്ഞു.

"പ്രശസ്ത ജ്യോതിഷവിദഗ്ധയായ പാറു നടത്തുന്ന പ്രവചനം ശ്രദ്ധിക്കുവിൻ!" ടീച്ചർ പാറുവിനെ കളിയാക്കി.

"ഇത് ജ്യോതിഷമല്ല. ശാസ്ത്രമാണു ടീച്ചർ. ശാസ് ത്രീയമായ പ്രവചനം. നടുവിലെ നാണയത്തെ മാത്ര മായി പെട്ടെന്ന് ഇടിച്ചാൽ അതു മാത്രം തെറിച്ചുമാറും. ജഡത്വം കാരണം മറ്റുള്ളവ പഴയ സ്ഥാനത്തു നിൽക്കും. അതിനാൽ തെറിച്ചു മാറിയ നാണയത്തിനു മുകളിലുള്ളവ താഴെയുള്ളവയുടെ പുറത്ത് ഇരിക്കും." പാറു തന്റെ പ്രവചനം പൂർണമായി അവതരിപ്പിച്ചു.

"പാറു പറഞ്ഞത് മുഴുവൻ ശരിയാ. അഭിനന്ദന ങ്ങൾ. ഞാൻ ചെയ്തപ്പോൾ സംഭവിച്ചത് അങ്ങനെ തന്നെയാണ്. അപ്പോൾ ഞാനും ഒരു ഊഹം നടത്തി." അപർണ കഥ തുടർന്നു.

"എന്താണാവോ അപർണ ഉന്നയിച്ച ഊഹം? ശാസ്ത്രത്തിൽ ഇത്തരം ഊഹങ്ങൾക്ക് ഹൈപ്പോത്തി സിസ് (hypothesis) എന്നു പറയാറുണ്ട്." ടീച്ചർ പറഞ്ഞു.

"അപർണാസ് ഹൈപ്പോത്തിസിസ് വരുന്നു!" കൊച്ചുമുഹമ്മദ് ഒരു കളിയാക്കൽ നടത്തി.

"നടുവിലെ നാണയത്തെ തെറിപ്പിക്കാൻ അതിനെ ഇടിച്ചാൽ മതിയെങ്കിൽ ഏതു നാണയത്തേയും ഇങ്ങനെ മാറ്റാൻ പറ്റേണ്ടേ? ഏറ്റവും താഴെയുള്ളതു മുതൽ ഏറ്റവും മുകളിൽ വരെയുള്ളവയെ ഇങ്ങനെ ഇടിച്ചു തെറിപ്പിക്കാൻ പറ്റേണ്ടേ? ബാക്കിയുള്ളവ സ്ഥാനം മാറാതെ നിൽക്കുകയും ചെയ്യേണ്ടേ?"

"മിടുമിടുക്കി!" ഇതാണ് ശാസ്ത്രീയമായ പ്രവചനം. ശാസ്ത്രം ഉപയോഗിക്കാൻ പഠിച്ചവർക്കേ ശാസ്ത്രീയമായ പ്രവചനത്തിനുള്ള വിരുത് ലഭിക്കൂ" ടീച്ചർ അപർണയെ അഭിനന്ദിച്ചു.

"പക്ഷേ ഊഹം പോരല്ലോ ടീച്ചർ. അത് പരീക്ഷണം കൊണ്ട് തെളിയിക്കാൻ പറ്റിയാലല്ലേ അപർണയെ അഭിനന്ദിക്കേണ്ടൂ." കൊച്ചുമുഹമ്മദ് ഒരു തടസ്സവാദം ഉന്നയിച്ചു നോക്കി.

"അതൊക്കെ അപർണ പരീക്ഷിച്ചു തെളിയിച്ചിരിക്കും; അല്ലേ അപർണ്ണേ?" പാറു അപർണയുടെ സഹായത്തിനെത്തി. അപർണ ചിരിച്ചുകൊണ്ടിരുന്നപ്പോൾ ദീപു കഥ മുഴുവനാക്കി.

"അപർണ ഊഹം പറഞ്ഞു. ഞങ്ങൾ ചെയ്തും നോക്കി. ഊഹം ശരിയാണെന്നും കണ്ടു. നല്ല പരിശീലനമുണ്ടെങ്കിൽ ഏതു നാണയത്തേയും പെൻസിൽ കൊണ്ടു തട്ടിമാറ്റാമെന്ന് ഞങ്ങൾ തെളിയിച്ചു."

"ബലേ ഭേഷ്. ഇന്നത്തെ ആക്ടിവിറ്റി സെക്ഷനിൽ ഏറ്റവും മികച്ച പ്രകടനം കാഴ്ചവച്ച ദീപു-രാമു-അപർണ ടീമിന് ഇന്നത്തെ അബ്ദുൽ കലാം അവാർഡ് നൽകുന്നു." ടീച്ചർ ബാഗിൽ നിന്നും ഓരോ ബാല ശാസ്ത്ര സാഹിത്യരചനകൾ എടുത്ത് മൂന്നുപേർക്കും നൽകി. എല്ലാവരും കൈയടിച്ച് അവരെ അഭിനന്ദിച്ചു. അപ്പോൾ ടീച്ചർ പറഞ്ഞു.

"കണ്ടോ എത്ര ചെറിയ പ്രവർത്തനത്തിനു പിന്നി
ലും വലിയ ശാസ്ത്രതത്ത്വം ഒളിച്ചിരുപ്പുണ്ടാകും.
പ്രവർത്തനം നടത്തുമ്പോൾ നമുക്ക് ആ തത്ത്വം ശരിക്ക്
മനസ്സിലാകുന്നു. നമ്മൾ രസിച്ച് പ്രവർത്തനം നടത്തു
ന്നു. ഇങ്ങനെയാണ് ശാസ്ത്രപഠനം രസകരമാകുന്നത്."

"അതു ശരിയാ ടീച്ചർ" കൊച്ചുപാറു തലകുലുക്കി
സമ്മതിച്ചു.

"ഒരു കാര്യം കൂടി പറയട്ടെ. എത്ര ചെറിയ പ്രവർ
ത്തനം ചെയ്യുമ്പോഴും നാം ചിന്തിക്കണം. അങ്ങനെ
പരീക്ഷണം നടത്തുമ്പോൾ കൂടുതൽ കണ്ടുപിടുത്തം
നടത്താനാകും. അങ്ങനെയാണു ശാസ്ത്രം വളരു
ന്നത്.

നാണയസ്ട്രൈക്കറിനു പകരം പെൻസിൽ സ്ട്രൈ
ക്കറാക്കാമോ എന്ന് ഒരു ചോദ്യം ദീപുവിന്റെ മനസ്സി
ലുണ്ടായി. ദീപു അതു കൂട്ടുകാരോടു പറഞ്ഞു. അതു
ചെയ്തു നോക്കാം എന്ന് രാമുവും സമ്മതിച്ചു. അങ്ങനെ
കൂട്ടായി യോജിച്ച് അവരതു ചെയ്തുനോക്കി. പെൻസി
ലും പറ്റും എന്നു കണ്ടുപിടിച്ചു."

"അതും ശരിയാ ടീച്ചർ. അപ്പോൾ ഏതു ചെറിയ
പ്രവർത്തനത്തിലൂടെയും പുതിയ കണ്ടുപിടുത്തം
സാധിക്കും. അല്ലേ ടീച്ചർ?" കൊച്ചുറാണി അത്ഭുത
ത്തോടെ ചോദിച്ചു.

"ശരിയാണ്." ടീച്ചർ സമ്മതിച്ചു. എന്നിട്ടു തുടർന്നു.

"അങ്ങനെ ശാസ്ത്രീയമായ ആ പ്രവർത്തനം നട
ത്തുമ്പോഴാണ് യാദൃച്ഛികമായി അപർണ ഒരു കണ്ടെ
ത്തൽ നടത്തിയത്. ശാസ്ത്രം മനസ്സിൽ നിറഞ്ഞിരു
ന്നാൽ യാദൃച്ഛികമായ സംഭവങ്ങളിലൂടെയും കണ്ടെ
ത്തലുകൾ സാധിക്കും എന്നു തെളിഞ്ഞില്ലേ? ടീച്ചർ
ചോദിച്ചു.

"അതും ശരിയാണ്." കൊച്ചുറാണി സമ്മതിച്ചു.

"അങ്ങനെ ശാസ്ത്രീയമായി പ്രവർത്തനത്തിൽ മുഴുകുമ്പോഴാണ് പുതിയ ആശയങ്ങൾ ഉണ്ടാകുന്നത്. പുതിയ ഊഹങ്ങൾ ഉള്ളിലുണ്ടാകുന്നത്. അപർണ അങ്ങനെ ഒരു ഊഹം കണ്ടെത്തി. അവരത് ഗ്രൂപ്പിൽ പരീക്ഷിച്ചു ശരിയെന്നു തെളിയിക്കുകയും ചെയ്തു. ഞാൻ ഒരു ചെറിയ ആക്റ്റിവിറ്റി ചെയ്യിച്ചപ്പോൾ ഇത്രയൊക്കെ നിങ്ങൾ കണ്ടുപിടിക്കുമെന്ന് ഞാൻ പോലും പ്രതീക്ഷിച്ചിരുന്നില്ല. എനിക്ക് ഇന്ന് വലിയ സ ന്തോഷം തോന്നുന്നു." ടീച്ചർ പറഞ്ഞു.

"ഞങ്ങൾക്കും വലിയ സന്തോഷമാണു ടീച്ചർ. ആക്ടിവിറ്റി ഇത്ര രസമാണ് എന്ന് ഇപ്പോഴല്ലേ ഞങ്ങളും മനസ്സിലാക്കുന്നത്." അപു പറഞ്ഞു.

അപ്പോൾ കൊച്ചുറാണി ആലോചനയോടെ ഒരു സംശയം ചോദിച്ചു.

"ടീച്ചർ, ഞാൻ ഒരു സംശയം ചോദിച്ചോട്ടെ.

ഞങ്ങൾ കഴിഞ്ഞ വർഷം കുറച്ചു പ്രോജക്ടുകൾ ചെയ്തു. പ്രോജക്ട് എന്താണെന്നു അന്നു പഠിപ്പിച്ചിരുന്ന ടീച്ചർ പറഞ്ഞു തന്നു. പിന്നെ ഞങ്ങൾ കുറെ ചെയ്തു. പക്ഷെ അതൊക്കെ പ്രോജക്ടുകൾ ചെയ്യാനായി ചെയ്തു എന്നേയുള്ളൂ. യാന്ത്രികമായാണ് അതൊക്കെ ചെയ്തത്. അതെന്താ അങ്ങനെ സംഭവിച്ചത്?"

"പ്രോജക്ടുകൾ ചെയ്താലേ നല്ല ഗ്രേഡ് കിട്ടൂ. അങ്ങനെ മാർക്കിനും ഗ്രേഡിനും വേണ്ടി, ചെയ്യാതെ നിവൃത്തിയില്ലാഞ്ഞിട്ട് ചെയ്യുന്ന പ്രവർത്തനമാകരുത് പ്രോജക്ടുകൾ. അങ്ങനെ ചെയ്താലാണ് യാന്ത്രികമാ കുന്നത്. പ്രോജക്ടുകൾ സ്വാഭാവികമായി ഉരുത്തിരിയു കയാണു വേണ്ടത്."

"അതെങ്ങനെ സ്വാഭാവികമായി ഉണ്ടാകും?"

"നമ്മൾ രസിച്ചു പഠിക്കണം. പഠിച്ചു രസിക്കണം. ധാരാളം ആക്ടിവിറ്റികൾ രസിച്ചു ചെയ്യണം. ചർച്ച കൾ നടത്തണം. ഇങ്ങനെ ഒരു വിഷയത്തിൽ മുങ്ങി പ്പൊങ്ങണം. അങ്ങനെ പഠിച്ചു രസിക്കുമ്പോൾ സ്വാഭാ വികമായും ചില സംശയങ്ങൾ ഉണ്ടാകും. ചോദ്യ ങ്ങൾ ഉണ്ടാകും. ഉണ്ടാകണം. ഒരു പൂ വിരിയുംപോലെ, ഒരു കായ് പഴമാകും പോലെ സ്വാഭാവികമായ പഠന പ്രക്രിയയിൽ ഉരുത്തിരിയുകയാണ് ഒരു സംശയം. ഒരു പ്രശ്നം. അതെപ്പറ്റി പഠിക്കണമെന്നു നമുക്കു തോന്നിപ്പോകും. അപ്പോഴാണ് ഒരു പ്രോജക്ട് സ്വാഭാ വികമായി ജനിക്കുന്നത്." ടീച്ചർ വിശദീകരിച്ചു.

"ഓ അതു ശരി. രസിച്ചു പഠിക്കുമ്പോൾ, ചർച്ച കളിലൂടെ പഠിക്കുമ്പോൾ, സംശയങ്ങളുണ്ടാകും. പ്രശ്ന ങ്ങൾ കണ്ടെത്തും. അവ പ്രോജക്ടുകളായി മാറും; മാറണം; അല്ലേ?"

"അതെ. പ്രോജക്ടും ഒരു ആക്ടിവിറ്റിയാണ്. പക്ഷേ അതൊരു പ്ലാൻഡ് ആക്ടിവിറ്റി (planned activity) ആണ്. പ്രശ്നം അനുഭവപ്പെടുന്നു. പ്രശ്ന ത്തെ കൃത്യമായി തിരിച്ചറിയുന്നു. മനസ്സിലാക്കുന്നു. നിർവ്വചിക്കുന്നു. അതേപ്പറ്റി ചർച്ച ചെയ്യുന്നു. അതേ പ്പറ്റി എങ്ങനെ എന്തൊക്കെ പഠിക്കണമെന്ന് പ്ലാനി ടുന്നു. അങ്ങനെയുള്ള പ്ലാനിങ്ങിനനുസരിച്ച് പടിപടി യായി പഠിക്കുന്നു. വിവരങ്ങൾ ശേഖരിക്കുന്നു; അടുക്കുന്നു; ബന്ധിപ്പിക്കുന്നു; വിവരങ്ങളെ വിലയി രുത്തുന്നു; വിശദീകരിക്കുന്നു; വിശകലനം ചെയ്യു ന്നു; അങ്ങനെ യുക്തിയുക്തം പ്രശ്നത്തിന്റെ കാതൽ കണ്ടെത്തുന്നു; പരിഹാരം കണ്ടെത്തുന്നു; പരിഹാരം പ്രയോഗിച്ചു ഫലം വിലയിരുത്തുന്നതോടെ പഠനം

പൂർത്തിയാകുന്നു." ടീച്ചർ പ്രോജക്ടിന്റെ ഘട്ടങ്ങൾ ലളിതമായി വിശദീകരിച്ചു.

"ഹൊ! ഒരു മഹാനാടകം പോലെയല്ലേ ടീച്ചർ പ്രോജക്ടിനെ അവതരിപ്പിച്ചത്! അപ്പോൾ പ്രോജക്ട് ഒരു ഗവേഷണം തന്നെയാണ്. ചിട്ടയായ, പ്ലാനിങ്ങോ ടെയുള്ള, ഒരു ഗവേഷണം; അതായത് അന്വേഷണം. അല്ലേ ടീച്ചർ?" അപു ചോദിച്ചു.

"അതു തന്നെ. ആക്റ്റിവിറ്റികളിലൂടെയും പ്രോജ ക്ടുകളിലൂടെയും നാം ശാസ്ത്രസമുദ്രത്തിൽ മുങ്ങി രസിക്കുകയാണ്. ശാസ്ത്രം അനുഭവിക്കുകയാണ്."

"ശാസ്ത്രസമുദ്രത്തിൽ മുങ്ങിയാൽ കണ്ടെത്തലുക ൾ എന്ന മുത്തുകൾ കിട്ടും; അല്ലേ ടീച്ചർ?" രാമു ചോദിച്ചു.

"വളരെ ശരിയാ രാമൂ. കടലിൽ ചാടി മുങ്ങിക്കുളിച്ചാൽ കടലിനെ കണ്ടെത്താം. അനുഭവിക്കാം. കുളിച്ചു രസിക്കാം. കടലിന്റെ തലോടലും തഴുകലും അനുഭവിക്കാം. കട ലിന്റെ ഉപ്പും രുചിക്കാം. അതിനിടെ മുങ്ങിത്തപ്പി കളിക്കു മ്പോൾ ഒരു കുഞ്ഞു ചിപ്പിയോ ഒരു കൊച്ചു ശംഖോ ഒരു മുത്തോ കൈയിൽ കിട്ടി എന്നും വരാം. അങ്ങനെ ക ണ്ടെത്തൽ നടത്തുമ്പോഴുള്ള ആഹ്ലാദം അനുഭവിച്ചറി യേണ്ടതാണ്. അതിനല്ലേ നാം ഇങ്ങനെ ആക്ടിവിറ്റികളിലും പ്രോജക്ടുകളിലും മുങ്ങുന്നത്." ടീച്ചർ വിശദീകരിച്ചു.

"ഇന്ന് ഒരു നല്ല കടൽക്കുളി കുളിച്ച തോന്നലുണ്ട് ടീച്ചർ." പാറു സമ്മതിച്ചു.

"ശാസ്ത്രത്തിൽ മുങ്ങിക്കുളിച്ചപ്പോൾ ദീപുവിനും അപർണയ്ക്കും ശ്രീ വലിയ മുത്തുകളും കിട്ടി; അല്ലേ" പാറു ചോദിച്ചു.

"നിങ്ങൾക്കും കിട്ടും; ട്ടോ. നന്നായി ശാസ്ത്ര സമു ദ്രത്തിൽ ചാടി മുങ്ങിക്കുളിച്ചു രസിച്ചോളൂ" ടീച്ചർ എല്ലാ കാന്താരിക്കുട്ടികളോടുമായി പറഞ്ഞു.

9

നാളെയുടെ പൂക്കൾ

ഒരാഴ്ചത്തെ അവധി കഴിഞ്ഞാണ് പിന്നെ കാന്താ രിക്കുട്ടികൾ ക്ലാസിൽ ഒന്നിച്ചു കൂടിയത്. ടീച്ചർ വന്ന് അറ്റൻഡൻസ് എടുത്തു. ഒരാൾ മാത്രം വന്നിട്ടില്ല. ആരാ ണത്? രാമു. രാമു ഒരിക്കലും ക്ലാസിൽ വരാതിരിക്കില്ല. വലിയ ചിട്ടക്കാരനാണ്. നന്നായി പഠിക്കും. പാഠ്യേതര പ്രവർത്തനങ്ങളിലും മുന്നിലാണ്. എല്ലാവരോടും സ്നേഹപൂർവ്വം പെരുമാറും. എല്ലാവർക്കും രാമുവിനെ ഇഷ്ടമായിരുന്നു.

ടീച്ചർ പുതിയ ടീച്ചറായിരുന്നല്ലോ. കുട്ടികളെ എല്ലാ വരേയും നന്നായി പരിചയപ്പെടാൻ നേരം കിട്ടിയില്ല. അതിനാൽ ടീച്ചർ രാമുവിനെപ്പറ്റി തിരക്കി. അൽപ്പം അകലെയാണ് രാമുവിന്റെ വീട്. പട്ടണത്തിനടുത്ത് ഒരു ചേരിയിൽ. അവിടെയുള്ള വലിയ സ്കൂളുകളിലൊന്നും രാമുവിന് പഠിക്കാൻ പറ്റില്ല. അതിനാലാണ് പട്ടണ ത്തിനു പുറത്തുള്ള ഈ മലയാളം മീഡിയം സ്കൂളിൽ രാമു ചേർന്നത്. രാമുവിന്റെ അച്ഛനമ്മമാർ കൂലിവേല ക്കാരാണ്. അവധി ദിവസങ്ങളിൽ രാമുവും ചെറിയ

ജോലികൾ ചെയ്യാൻ പോകാറുണ്ട്. സ്കൂളിനടുത്തുള്ള ഗ്രാമീണ വായനശാലയാണു പോലും രാമുവിന്റെ ഇഷ്ടപ്പെട്ട വിശ്രമകേന്ദ്രം. നന്നായി വായിക്കുന്ന രാമുവാണ് വായനശാലയിലെ കുട്ടികളുടെ വിഭാഗത്തിന്റെ സെക്രട്ടറി. പഠിച്ച് ഉയർന്ന് നല്ല നിലയിൽ ജീവിക്ക ണമെന്നാണ് രാമുവിന്റെ സ്വപ്നം... ഇതൊക്കെ ക്ലാസി ലെ കുട്ടികൾ ടീച്ചറോട് വിവരിച്ചു. രാമുവിന്റെ കാര്യം പറയുമ്പോൾ എല്ലാവർക്കും നൂറു നാവായിരുന്നു.

"രാമുവിന്റെ വീടിനടുത്തു നിന്നും ആരെങ്കിലും ഈ സ്കൂളിൽ പഠിക്കാൻ വരുന്നുണ്ടോ?" ടീച്ചർ തിരക്കി.

"ഉണ്ട്. അബു. അടുത്ത ക്ലാസിലാണ് അബു. ആ കുട്ടിയും രാമുവിന്റെ ചേരിയിലാണു താമസം." കുട്ടി കൾ പറഞ്ഞു.

"കൊച്ചുമുഹമ്മദ് പോയി അബുവിനെ വിളിച്ചുകൊ ണ്ടു വരൂ. ഞാൻ വിളിക്കുന്നു എന്നു പറഞ്ഞാൽ മതി. ആ ക്ലാസിലെ ടീച്ചർ വിടും." ടീച്ചർ പറഞ്ഞു.

അൽപ്പം കഴിഞ്ഞപ്പോൾ അബു കൊച്ചുമുഹമ്മദി നൊപ്പം ക്ലാസിലേക്കു കയറിച്ചെന്നു. അബുവിനെ കണ്ട പ്പോഴെ ടീച്ചർ ചോദിച്ചു:

"രാമുവിന് എന്താ അസുഖം?" ഇപ്പോൾ എങ്ങനെ യുണ്ട്?"

ടീച്ചറുടെ ചോദ്യം കേട്ടപ്പോഴെ അബു പൊട്ടിക്കര ഞ്ഞു. അവന്റെ പ്രിയമിത്രമായിരുന്നല്ലോ രാമു. അവന് രാമുവിന്റെ രോഗവിവരം പറയാൻ പോലും നാവ് പൊങ്ങുന്നില്ലായിരുന്നു. ഏങ്ങിയേങ്ങി കരയുന്നതിനിട യിൽ അബു പറഞ്ഞു.

"രാമുവിന് ഡെങ്കിപ്പനിയാണു ടീച്ചർ. വളരെ കൂടുത ലായിപ്പോയി. ആദ്യം തിരിച്ചറിയാൻ കഴിഞ്ഞില്ല. ഇനി

രക്ഷപ്പെടാൻ വിഷമമാണ് എന്നാണ് ഇന്നലെ രാത്രി അറിഞ്ഞത്."

അതുകേട്ട് ടീച്ചർ ഞെട്ടിപ്പോയി. കുട്ടികൾ കരഞ്ഞു. അബുവിന്റെ കരച്ചിൽ അതോടെ കൂടുകയും ചെയ്തു.

കണ്ണുനീർ ഒപ്പിക്കൊണ്ട് ടീച്ചർ അബുവിനോട് അവന്റെ ക്ലാസിലേക്ക് പൊയ്ക്കൊള്ളാൻ പറഞ്ഞു. എന്നിട്ട് തന്റെ ക്ലാസിലെ കുട്ടികളോടു പറഞ്ഞു.

"എന്റെ മക്കളെ, ആരും കരയരുത്. എന്തും നേരി ടാൻ നമ്മൾ പഠിക്കണം. ഞാൻ ഇപ്പോൾ ആശുപത്രിയി ലേക്കു പോവുകയാണ്. രാമുവിന്റെ ചികിത്സയ്ക്കു വേണ്ട സഹായം ചെയ്യണം. സർക്കാർ ആശുപത്രിയല്ലേ, മരുന്നും മറ്റും വാങ്ങികൊടുക്കേണ്ടി വന്നേക്കും. നിങ്ങൾ ക്ലാസിൽ അച്ചടക്കത്തോടെ ഇരുന്നു പഠിക്കണം. ഇന്ന് നിങ്ങളുടെ ക്ലാസിൽ വരാൻ ടീച്ചർമാരൊന്നും കാണില്ല. നിങ്ങൾ തന്നെ ക്ലാസ് മാനേജ് ചെയ്യുക. ഞാൻ കഴിയു

ന്ത്ര നേരത്തെ തിരിച്ചു വരാം."

ടീച്ചർ പെട്ടെന്ന് ക്ലാസിൽ നിന്നും പോയി. അപ്പോൾ കൊച്ചുമുഹമ്മദ് പറഞ്ഞു. "ആരും ബഹളമുണ്ടാക്കി മറ്റു ക്ലാസുകാരെ ശല്യപ്പെടുത്തരുത്. എന്തെങ്കിലും എഴുതി തീർക്കാനോ പഠിക്കാനോ ഉള്ളവർ അതു ചെയ്യുക. മറ്റുള്ളവർ ഇഷ്ടപ്പെട്ട ബാലസാഹിത്യകൃതികൾ വായി ക്കുക." കൊച്ചുമുഹമ്മദ് അത്രയും പറഞ്ഞിട്ട് മേശയുടെ അടിയിൽ വച്ചിരുന്ന ചാക്കുസഞ്ചി എടുത്തു. അതു നിറയെ നല്ല ബാലസാഹിത്യ രചനകളായിരുന്നു. അനേ കം ശാസ്ത്ര സാഹിത്യ രചനകളും അവയിലുണ്ടായി രുന്നു. അവരുടെ ക്ലാസ്റൂം ലൈബ്രറിയായിരുന്നു ആ സഞ്ചിയിൽ. പി റ്റി എ യുടെ സംഭാവന. കൊച്ചുമുഹമ്മദ് പുസ്തകങ്ങളെല്ലാം നിലത്ത് നിരത്തിവച്ചു.

ഉച്ചവരെ കുട്ടികൾ തനിയെ വായിച്ചും പഠിച്ചും സമ യം ഉപയോഗിച്ചു. ഉച്ചയായപ്പോൾ ആരോ സ്കൂളി ലേക്കു ഫോൺ വിളിച്ചു: ഉച്ചയ്ക്ക് രണ്ടുകുട്ടികൾ ഡെങ്കിപ്പനിമൂലം ആശുപത്രിയിൽ മരിച്ചു. അതിലൊ രാൾ രാമുവാണ് എന്നു തോന്നുന്നു.

വിവരം ഹെഡ്മാസ്റ്റർ കൊച്ചുമുഹമ്മദിനോടും പറഞ്ഞു. അതറിഞ്ഞ ഉടൻ കൊച്ചുമുഹമ്മദും ക്ലാസിലെ മറ്റു കുട്ടികളും ആശുപത്രിയിലേക്ക് വണ്ടി കയറി. ആശുപത്രിഗേറ്റിൽ വൻ തിരക്ക്. പൊലീസ് ആരേയും അകത്തേക്കു വിടുന്നില്ല. ആശുപത്രിയിലേക്ക് വേറെ യും രോഗികളെ കൊണ്ടുവരുന്നുമുണ്ട്. എല്ലാവർക്കും ഡെങ്കിപ്പനിയാണ് എന്നാണ് സംശയം.

അപ്പോഴാണ് ഒരു കുട്ടിയുടെ മൃതദേഹം പുറത്തേ ക്കു കൊണ്ടുവന്നത്. തുണിയിൽ മൂടിപ്പൊതിഞ്ഞിരുന്ന മൃതദേഹം ആരോ പെട്ടെന്ന് ഒരു വണ്ടിയിൽ കയറ്റി

പുറത്തേക്കു കൊണ്ടുപോയി. അതുകൂടി കണ്ടതോടെ കൊച്ചുമുഹമ്മദിന്റെയും കൂട്ടുകാരുടെയും നിയന്ത്രണം വിട്ടുപോയി. അവർ അവിടെ നിന്ന് പൊട്ടിക്കരഞ്ഞു പോയി. ആരോ രാമു എന്നു വിളിക്കുന്നുമുണ്ടായിരുന്നു.

ആശുപത്രിയിലുണ്ടായിരുന്ന ടീച്ചർ ഓടിവന്നു. അവരെ സമാധാനിപ്പിച്ചു. "എന്നെ വിശ്വസിക്കുക. മരിച്ചത് രാമു വല്ല. അവന് വളരെ കൂടുതലാണ്. ഡോക്ടർമാർ കഴിയു ന്നത്ര ശ്രമിക്കുന്നുണ്ട്. മരുന്നുകൾ എല്ലാം കൊടുക്കുന്നുണ്ട്. അവൻ രക്ഷപ്പെടും. നിങ്ങൾ സമാധാനമായി പോവുക. നാളെ ഞാൻ ക്ലാസിൽ വന്നു വിവരം പറയാം."

ടീച്ചർ നിർബന്ധിച്ച് കുട്ടികളെ അവരവരുടെ വീടുകളിലേക്കു പറഞ്ഞുവിട്ടു.

പിറ്റേന്ന് ടീച്ചർ ക്ലാസിൽ വന്നു.

ടീച്ചർ വളരെ ക്ഷീണിതയായിരുന്നു. രാത്രി ഒട്ടും ഉറങ്ങിയിട്ടില്ല എന്ന് മുഖം കണ്ടാൽ മനസ്സിലാകുമാ യിരുന്നു. ടീച്ചർ എല്ലാവരേയും സമാധാനിപ്പിച്ചു. "രാമുവിന്റെ നില ഇന്നലെ മുഴുവൻ വലിയ പരുങ്ങലി ലായിരുന്നു. ഇടയ്ക്ക് മരിച്ചു എന്നുവരെ ഡോക്ടർമാർ വിധി എഴുതിയതായിരുന്നു. പക്ഷേ ശരിയായ ചികിത്സ ഫലം കണ്ടു. രാവിലെ ആയപ്പോഴേക്ക് അവന് പനി കുറഞ്ഞു. ഇനി പേടിക്കാനൊന്നുമില്ല."

അതുകേട്ടതോടെ എല്ലാവർക്കും ആശ്വാസമായി. മരിച്ച ഒരാൾ തിരിച്ചു ജീവിച്ചതറിയുമ്പോഴുള്ള ആശ്വാസം. അവരുടെ മുഖത്ത് ചിരി വിരിഞ്ഞു.

രോഗമെല്ലാം ഭേദമായി ആരോഗ്യവാനായി രാമു ക്ലാസിൽ വന്നത് ഒരു മാസം കഴിഞ്ഞാണ്. അതുവരെ ടീച്ചറും അവന്റെ കൂട്ടുകാരും അവനെ നിരന്തരം സന്ദർശിച്ചുകൊണ്ടിരുന്നു. ആശ്വസിപ്പിക്കാനും സഹാ

യിക്കാനും അവർ എപ്പോഴും തയ്യാറായിരുന്നു. അവർ നൽകിയ ആത്മവിശ്വാസവും സ്നേഹവും കൊണ്ടാകാം രാമു ഇത്ര പെട്ടെന്ന് ആരോഗ്യവാനായത്. രാമുവിന്റെ തിരിച്ചുവരവ് സ്കൂളിൽ വലിയ ആഘോഷമായിരുന്നു. അസംബ്ലിയിൽ വച്ച് രാമുവിന് കുട്ടികൾ പൂച്ചെണ്ടു സമ്മാ നിച്ചു. മുക്കുറ്റിപ്പൂക്കൾ കൊണ്ടുള്ള പൂച്ചെണ്ടുകൾ വാ ങ്ങുമ്പോൾ രാമുവിന്റെ കണ്ണു നിറയുന്നുണ്ടായിരുന്നു.

അസംബ്ലിയിൽ ടീച്ചർ പ്രസംഗിക്കുകയും ചെയ്തു: "രാമുവിന് ഡെങ്കിപ്പനി പിടിച്ചത് നമ്മുടെ കുറ്റം കൊ ണ്ടാണ്. അവന്റെ ജീവൻ രക്ഷിക്കാനായത് ശാസ്ത്രത്തി ന്റെ വലിയ നേട്ടവും." ടീച്ചർ ഒന്നു നിർത്തി. എല്ലാവ രേയും നോക്കി. ടീച്ചർ പറഞ്ഞത് എല്ലാവർക്കും ശരിക്കു മനസ്സിലായില്ല എന്ന് അവരുടെ മുഖം വിളിച്ചു പറയു ന്നുണ്ടായിരുന്നു. അതിനാൽ ടീച്ചർ വിശദീകരിച്ചു: "ഡെങ്കിപ്പനിക്കു കാരണം കൊതുകുകൾ ആണ് എന്നു നിങ്ങൾ പഠിച്ചിട്ടുണ്ട്. നമ്മുടെ സ്കൂൾ കോമ്പൗണ്ടിൽ പ്പോലും കുഴികളിൽ വെള്ളം കെട്ടി നിന്ന് കൊതുകുകൾ പെരുകുന്നത് പക്ഷേ നാം കണ്ടില്ല. രാമുവിന്റെ വീടിന്റെ പരിസരത്ത് വലിയ തോതിലാണ് കൊതുകുകൾ പെരു കുന്നത്. നമ്മൾ ഇവിടെ ശാസ്ത്രത്തിന്റെ രീതിയെപ്പറ്റി പഠിച്ചുകൊണ്ടിരിക്കുന്നു. ആക്റ്റിവിറ്റികൾ ചെയ്യുന്നു. പ്രോജക്ടുകൾ ചെയ്യുന്നു. എല്ലാം എന്തിനാണ്? ക്ലാസിൽ ഉയർന്ന ഗ്രേഡിനു മാത്രം. നമ്മുടെ ചുറ്റും കൊതുകുകൾ പെരുകുന്നതെങ്ങനെയാണ് എന്ന് അന്വേഷിക്കാൻ നമുക്കു നേരമില്ല. കൊതുകുകളെയും എലികളെയും മറ്റും നിയന്ത്രിക്കാനൊരു പ്രോജക്ട് ചെയ്യണമെന്ന് നമുക്ക് തോന്നിയില്ല. നമ്മുടെ ഗ്രാമ ത്തിലെ കുടിവെള്ളപ്രശ്നം എന്തെന്ന് അന്വേഷിക്കാനും

നാം മിനക്കെട്ടില്ല. അതാണ് രാമുവിനെപ്പോലുള്ളവർ രോഗികളാകാൻ കാരണം. ശാസ്ത്രപഠനം ക്ലാസ് മുറിയിലൊതുങ്ങി നിന്നാൽ പോരാ. രാമുവിനെപ്പോലുള്ളവരുടെ രക്ഷയ്ക്കുകൂടി ഉതകണം. അതിനുള്ളതാകണം ഈ സ്കൂളിലെ വിദ്യാർഥികളുടെ ആക്റ്റിവിറ്റികളും പ്രോജക്ടുകളും മറ്റും. ഇതാണ് രാമുവിന്റെ രോഗബാധ നമുക്കുണ്ടാക്കേണ്ട വെളിച്ചം. ദർശനം. തിരിച്ച റിവ്. വിവേകം. കാഴ്ചപ്പാട്..."

ടീച്ചറുടെ പ്രസംഗത്തിന് ഫലമുണ്ടായി. അസംബ്ലിയിൽ പഞ്ചായത്ത് അംഗവും സംബന്ധിച്ചിരുന്നു. അടുത്ത ദിവസം തന്നെ സ്കൂളിൽ ഒരു വലിയ യോഗം നടന്നു. രാമുവിന്റെ ചേരി ശുചിയാക്കൽ സ്കൂൾ വിദ്യാർഥികളുടെ സഹായത്തോടെ നടത്താൻ തീരുമാനമായി. ശുചിയാക്കൽ നടന്ന ദിവസം തന്നെ രാമുവും കൂട്ടുകാരും ഗ്രാമം മുഴുവൻ സഞ്ചരിച്ച് കൊതുകുകൾ വളരുന്ന കേന്ദ്രങ്ങൾ കണ്ടെത്തി. അതൊരു ശാസ്ത്രപഠന പ്രോജക്ടായാണ് അവർ ചെയ്തത്. അറുപത് കക്കൂസുകളുടെ പുറത്തേക്കുള്ള കുഴലുകളിലൂടെ കൊതുകുകൾ

പറക്കുന്നത് അവർ കണ്ടുപിടിച്ചു. പിറ്റേന്നു തന്നെ ആ കുഴലുകളുടെ മുകൾഭാഗത്ത് നൈലോൺ വലകൾ വച്ചുകെട്ടാൻ പഞ്ചായത്തു മെമ്പർ തയ്യാറായി.

അങ്ങനെ ഏതാനും മാസങ്ങൾ കഴിഞ്ഞപ്പോൾ സ്കൂൾ പരിസരവും ഗ്രാമവും കൂടുതൽ വൃത്തിയായി. കൊതുകുകൾ കുറഞ്ഞു. എലികളും കുറഞ്ഞു തുടങ്ങി. ടീച്ചർക്കും കാന്താരിക്കുട്ടികൾക്കും സന്തോഷവുമായി.

"ടീച്ചർ, പണ്ടൊക്കെ ഞങ്ങൾ പഠിച്ചിരുന്നത് പരീ ക്ഷയ്ക്കു ഗ്രേഡ് കിട്ടാനായിരുന്നു. ഇപ്പോഴാണ് പഠനം അതിനു മാത്രമല്ല എന്നു മനസ്സിലായത്. പഠനം ജീവി തത്തിന്റെ ഭാഗമായതായി ഇപ്പോൾ തോന്നുന്നു." രാമു ഒരു ദിവസം ടീച്ചറോടു പറഞ്ഞു.

"പഠനം ഇപ്പോൾ അതിരസകരവുമായി ഞങ്ങൾക്കു തോന്നുന്നുണ്ടു ടീച്ചർ." കൊച്ചുമുഹമ്മദും രാമുവിനെ പിൻതാങ്ങി. അപ്പോൾ ടീച്ചർ പറഞ്ഞു.

"പലരുടെയും ധാരണ പഠനം ജീവിതവുമായി ബന്ധമില്ലാത്ത ഒരു കൃത്രിമ ഇടപാടാണ് എന്നാണ്. നല്ല മാർക്കു വാങ്ങി ജോലിവാങ്ങി കാശുവാങ്ങാനുള്ള കുറുക്കു വിദ്യ!"

"അങ്ങനെയാ ടീച്ചർ ഞങ്ങളും കരുതിയിരുന്നത്." പാറു സത്യം പറഞ്ഞു.

"എന്നാൽ പഠനം നിങ്ങളുടെ നാനാതരം കഴിവു കൾ വളർത്താനാണ്. സമഗ്രമായ വികാസത്തിനാണ്. നിങ്ങളുടെ ശാസ്ത്രാഭിരുചി മാത്രം വളർന്നാൽ പോരാ. സാമൂഹ്യബോധം വളരണം. ഭാഷാശേഷി വളരണം. കമ്യൂണിക്കേഷൻ വൈദഗ്ധ്യം വളരണം. ഭാവന വളര ണം. മൗലികത വളരണം. സംഘബോധം വളരണം. ഇങ്ങനെ ബുദ്ധിയുടെ എല്ലാതലങ്ങളും വളരണം.

ബഹുതല ബുദ്ധി (Multiple intelligence) വളർത്താ
നാണ് പഠനം. നിങ്ങൾ അങ്ങനെ നന്നായി വളരുന്നു
എന്നു കാണുന്നതിൽ എനിക്ക് അഭിമാനമുണ്ട്. നിങ്ങളാ
ണ് എന്റെ സ്വപ്നം. നാടിന്റെ നാളെയുടെ വാഗ്ദാനം."
അതു പറയുമ്പോൾ ടീച്ചറുടെ ശബ്ദം ഇടറുന്നുണ്ടാ
യിരുന്നു. കണ്ണുകൾ നിറയുന്നുമുണ്ടായിരുന്നു. എല്ലാ
കാന്താരിക്കുട്ടികളും അഭിമാനത്തോടെ ടീച്ചറുടെ കണ്ണു
കളിൽ കണ്ണും നട്ട് ഇരുന്നു. അവരുടെ ഉള്ളിൽ സ്നേഹ
ത്തിന്റെ, അഭിമാനത്തിന്റെ, അറിവിന്റെ, പ്രതീക്ഷയുടെ,
വലിയ ഒരു സാഗരം ഇളകിമറിയുന്നുമുണ്ടായിരുന്നു.
അവർക്ക് വലിയ ആഹ്ലാദവും ആശ്വാസവും പ്രതീക്ഷ
യും തോന്നി. "ഉവ്വ്. ഞങ്ങൾ നാളെയുടെ നല്ല വാഗ്ദാന
ങ്ങളായി വളരും." അവർ മൗനമായി പ്രതിജ്ഞയെടുത്തു.

അധിക വായനയ്ക്ക്

1. വായിച്ചാലും വായിച്ചാലും തീരാത്ത പുസ്തകം
2. പഠിക്കാൻ പഠിക്കാം
3. ജയിക്കാൻ പഠിക്കാം
4. ഗണിതവും ശാസ്ത്രവും പഠിക്കേണ്ടതെങ്ങനെ?
5. പുസ്തകക്കളികൾ
6. പഠന പ്രോജക്ടുകൾ ഒരു വഴികാട്ടി
7. കുട്ടികളുടെ സയൻസ് പ്രോജക്ടുകൾ
8. പഠന തന്ത്രങ്ങൾ, വിജയ മന്ത്രങ്ങൾ
9. സയൻസിൽ മിടുക്കരാകാനുള്ള വഴികൾ
10. പഠനം പരീക്ഷണങ്ങളിലൂടെ
11. കുട്ടികളുടെ സയൻസ് കിറ്റ്
12. നിങ്ങൾക്കും ഒരു ശാസ്ത്രജ്ഞനാകാം.
13. കണക്ക് കഥകളിലൂടെ
14. ശാസ്ത്രക്കളികൾ
15. പാറുവിന്റെ വാൽ ഗവേഷണം
16. ചെയ്യാം രസിക്കാം
17. ശാസ്ത്ര പഠന പ്രവർത്തനങ്ങൾ
18. സയൻസ് ആക്റ്റിവിറ്റികൾ
19. കൊച്ചു കൊച്ചു പരീക്ഷണങ്ങൾ
20. സയൻസ് സൂപ്പർ മാർക്കറ്റ്
    (1-20 പ്രൊഫ. എസ് ശിവദാസിന്റെ കൃതികൾ)
21. Ten little Fingers (Arvind Gupta)
22. Hands on (Arvind Gupta)
    (മലയാളം: കൈവേല)
23. നിങ്ങളുടെ മക്കളെ എങ്ങനെ മിടുമിടുക്കരാക്കാം.
    (രക്ഷിതാക്കൾക്കും അധ്യാപകർക്കും വേണ്ടി
    പ്രൊഫ. ശിവദാസ് രചിച്ചിരിക്കുന്ന ഗ്രന്ഥം).

Printed by Libri Plureos GmbH in Hamburg,
Germany